மையின் ஓட்டம்

மு.மங்கை

ஏலே பதிப்பகம்

ISBN : 978-93-5533-107-6
Page : 74

மனித மனதின் கசப்பையும், வியர்வை நாற்றத்தையும் தவிர்த்து இந்த முன்னுரையை எப்படி எழுதுவதென்று தெரியவில்லை. மங்கை இவள் பேனா மையில் மனித மனங்களை ஊற்றி எழுதிருக்கிறாள். மைனாவின் கைபிடித்து படித்துக்கொண்டே இந்த அந்தியில் எங்கேயோ நடந்து வந்து விட்டேன். என் தலைக்கு மேல் பறவைகள் கூடு திரும்புகின்றன. நதிகளில் குளித்து முடித்து சூரியன் மலையின் வீட்டிற்கு பின்னால் ஒளிய தயாராகிவிட்டது. எனக்கு என் வீட்டிற்கு போகவேண்டும் போல இருக்கிறது.

ஆனால் மங்கையின் மையின் கூடலில் பிறந்தவர்கள் என்னை எங்கேயோ கூட்டிக்கொண்டு போய்கொண்டிருக்கிறார்கள். எழுத்து சரங்கள் ஒன்றன் பின் ஒன்றாக வந்துகொண்டே இருக்கிறது. அது ஒரு போதையை போல என் தலைக்கு ஏறி என் வழி(லி)யை திசை மாற்றுகிறது. இதோ வந்துவிட்டது இருள். இந்த இருளில் தான் அவளை ஏதோ ஒரு மரத்தின் கீழ் பார்த்த நியாபகம். விலைக்கு வங்கமுடியாதவளுக்கு என்ன விலை கொடுப்பது என்ற மங்கையின் எழுதொட்டம் மிகவும் ஆழமாய் காகிதத்தில் பதிந்துள்ளது. அது அவளின் கண்ணீரை ஒருபோதும் துடைக்க போவதில்லை என்றாலும் அவளின் வலியை ஒரு போதும் குறைக்க போவதில்லை என்றாலும் இந்த கதையை படித்துவிட்டு அவளிடம் போகும் ஆண்களின் மனதாய் கொஞ்சமாவது அசைத்துப்பார்க்கும். இதோ பேசிக்கொண்டே எங்கேயோ வந்துவிட்டேன்

கால்கள் வலிக்க தொடங்கிவிட்டது.அமர்ந்து ஓய்வெடுக்க எந்த குத்துகல்லும் இல்லை.இதோ இன்னும் கொஞ்ச தூரம் தான் இன்னும் கொஞ்ச தூரம் தான் என்று சொல்லி என்னை நானே ஏமாற்றி தான் அரவமற்ற இந்த அத்துவானத்தில் நடந்துகொண்டிருக்கிறேன்.தூரத்தில் யாரோ இரு பழுத்த காதலர்கள் போய்கொண்டிருக்கிறார்கள் என அவர்கள் தோள் சாய்ந்துபோகும் நடையில் கண்டறிந்தேன்.அவர்களை பின் தொடர்ந்து என் வீட்டை நான் அடைந்துவிடுவேன்.'கடவுள் படைத்த எல்லாம் அழகு தான் .அற்புதம் தான்' என்ற வரி நம் கண்களில் கரையற்ற கான்டேக்ட் லென்ஸை அணிவிக்கிறது.எனக்கு அந்த பழுத்த காதலர்களிடம் ஒரு கேள்வி இருந்தது.'எங்களால் எங்கள் வயதில் உணரமுடியாத அல்லது பிரிந்து போகக்கூடியது எப்படி இந்த வயதில் உங்களுக்கு சாத்தியம்' என்பதுதான் அது

'ஒரு கிளையில் இலைகள் உதிர்வதற்கும் சிறு இலை துளிவிடுவதற்கும் அன்பு மட்டுமே காரணம்'என்றார்கள்.உண்மையில் அப்படித்தானே நம் வயதில் காமத்தின் காற்றோ அல்லது சந்தேகத்தின் காற்றோ நம் காதலை சற்று அசைத்து பார்த்துவிடுகிறது.நாம் இளமையிலேயே பழுத்த இலைபோல் அவ்வளவு மௌனமாக தரையில் விழுந்து விடுகிறோம்.ஆனால் இவர்கள் முதுமையில் கூட இளந்தளிராய் முளைத்துக்கொண்டிருக்கிறார்கள்.

இதை பார்த்த பின்பு எனக்கும் அவர்களின் தோள்களில் சாய ஆசையாய் இருந்தது.மரத்தின் கிளைகள் வலிபோகனின் இலைபாறலை அனுமதிக்காதா என்ன.அவர்களின் தோளிகளில் எனக்கான ஒரு சிறு இடம் கிடைக்கும் தானே.ஒரு சிறு இலைபாறலும் இருக்கும் தானே.இப்படித்தான் என் பயணத்தில் இந்த நான்கு கதைகளையும் கடந்து வந்து முடிவுரை எழுத வேண்டியவன் முன்னுரை எழுத்திக்கொண்டிருக்கிறேன் ஒரு இலஞ்சூடான ஒரு தேநீருடன்.

கவிஞர் பிரசாந்த் ஆல்டோ

என்னுரை

ஒவ்வொரு புத்தக வெளியிடும் ஒரு பிரசவம் போலவே. என் வாழ்வில் முதன் முதலாக நான் பெற்ற என் முதல் குழந்தை "தேடல்" இரண்டாம் குழந்தை "இதய மொழி". இவை இரண்டும் எனக்கு 'கவிஞர்' என்னும் பெயரை கொடுத்தன. இன்று என் மூன்றாம் குழந்தை "மையின் ஓட்டம்" புதிதாய் 'எழுத்தாளர்' என்னும் பெயரை கொடுத்துள்ளது. ஒவ்வொரு கதையும் கற்பனையால் பிறந்தவை. என் கற்பனைகள் வெறும் விற்பனை பொருளல்ல.அவற்றின் கருத்துக்கள் உங்கள் மனதில் வேரூன்றி நிற்கவே நான் அசைக்கொள்கிறேன். கவிஞனாய் இருந்த என்னை கதை எழுத தூண்டிய அல்லது ஊக்கப்படுத்திய நண்பர்களுக்கு என் நன்றிகள். மேலும் இப்புத்தகம் வெளியிட உதவிய ஏலே பதிப்பகத்திற்கு என் நெஞ்சார்ந்த நன்றிகள்.

இப்படிக்கு

மு.மங்கை

கற்பனைகள் மனதில்
ஓடத்தொடங்கியதும்
என் பேனா மையின் ஓட்டமும்
தொடங்கியது
எண்ணங்களுக்கும்
எழுத்துக்களுக்கும்
நடந்த கூடலில் பிறந்தவர்களே
இந்நான்கு பிள்ளைகள்(கதைகள்)

மு. மங்கை

தோழி

இங்கு இரத்த உறவை நம்பியும் காதலை நம்பியும் வாழும் உயிர்களை விட நட்பை நம்பி நிம்மதியாய் வாழும் உயிர்கள் அதிகம். இன்பத்தில் மட்டும் அல்ல இடர்களிலும் நம்மை விட்டு விலகாது இருப்பது நம் நட்பே. எல்லோரின் வாழ்விலும் இறைவனால் இசைக்கப் படும் சந்தோஷ சங்கீதம் ஒன்று இருக்கும். இவளின் வாழ்விலும் அவ்வாறு இறைவனால் இசைக்கப் பட்ட சங்கீதம் தான் இவளின் உயிர் தோழி. இவளின் பெயர் மைனா. மைனா ஒரு நடுத்தர குடும்பத்தைச் சேர்ந்தவள். மைனாவின் தாய் தந்தை குடும்ப சூழ்நிலையைக் குழந்தை பருவம் முதல் சொல்லி சொல்லி ஊட்டி வளர்த்ததால் காதல் கண்ணாமூச்சியில் சிக்காமலேயே வளர்ந்தாள். காதல் கொள்வது குடும்பத்திற்கு கேடு என்று எண்ணினால். உடலில் பருவ மாற்றம் ஏற்படும் பள்ளிப் பருவத்தை பத்திரமாகக் கடந்தாள். நண்பர்களையே உலகமாக கருதி சுற்றுவாள். தோழியின் சந்தோஷமே தனக்கும் சந்தோஷத்தை கொடுக்கும் என்று கூறுவாள்.

பள்ளி நாட்களில் உயிர்த்தோழி என பலர் இருந்தனர். விவரம் புரியாத வயது. ஒவ்வொரு காலகட்டத்திலும் ஒவ்வொரு உயிர் நட்பு.

நிலையாய் எவரும் இல்லை. இவளும் யாரிடமும் நிலையாய் இல்லை . நட்பில் மைனாவிற்கு நிதானமும் இல்லை. நிறத்தால் கருமையை பூசி, குறைந்த உருவத்தில் பெருத்த உடலை கொண்டவளாக இருந்தாலும் குழந்தை போன்ற மனம் கொண்டவள். எதையும் அளவாக காட்டத் தெரியாது. அனைத்திற்கும் அழுகை ஆனால் வெளியில் காட்ட மாட்டாள். ஆண்களிடம் நெருங்கி நட்பாக பழக கூட பயம் எங்கு காதல் வந்துவிடுமோ என்று. அவள் வயதில் அவள் நண்பர்கள் பலர் காதல் செய்ய அவளின் காதலில் விழாத மனம் நட்பையே காதல் போல எண்ணியது. மைனாவிற்கு அவள் தந்தை கொடுக்கும் 5,10 ரூபாய்களை சேமிக்கும் பழக்கம் உண்டு. ஆனால் சேமிக்கும் பணத்தில் தனக்கென செலவு செய்வதை விட தன் நண்பர்களுக்காக அதிகம் செலவு செய்வாள். பிறந்தநாள் அன்று பரிசு கொடுப்பது, அவர்களுக்கு மிட்டாய் வாங்கி கொடுப்பது என்று செய்வாள். அவர்கள் அடையும் ஆனந்தத்தை கண்டு அவள் பேரானந்தம் கொள்வாள். நண்பர்களின் மீது அதீத அன்பு அதீத உரிமை. அதுவே நட்பில் பிளவு ஏற்படுத்திவிடும். தன்னைப் பற்றிய தாழ்வான எண்ணமும் மைனாவிற்கு உண்டு. தன்னால் ஒரு விஷயம் செய்ய முடியும் என அவ்வளவு எளிதில் நம்பி விட மாட்டாள். பள்ளி காலம்

முழுவதும் மதிப்பெண் பின்னாடியே ஓடினாள். தனக்கென தனித்திறன் இல்லாமலே பள்ளிப்பருவம் முடித்தாள். பெற்றோரின் பாசவலையில் மட்டுமே பாதுகாப்பாய் வளர்ந்த மைனாவிற்கு வெளி உலகை தனியே எதிர்க்க ஆசை தோன்றியது. கல்லூரி படிப்பு படிக்க வெளியூர் போக விரும்பினாள். நம்மில் பலர் படிக்க மட்டும் அல்ல நம் ஆசைகளை நிறைவேற்றவே வெளியூர் சென்று படிக்க விரும்புகிறோம். அவ்வாறே மைனாவும் ஆசை கொண்டாள். பெண் பிள்ளையை வெளியில் அனுப்புவது என்பது பலருக்கு விருப்பம் இல்லாத காரியம். காரணம் கலிகாலமும் காதல் பருவமும் தான். வீட்டில் பல எதிர்ப்புகளை தாண்டி தனக்கு பிடித்த ஊரில் பிடித்த கல்லூரியில் சேர்ந்தாள். எவரையும் தெரியாத ஊர். எப்படி காலங்களை கடக்கப் போகிறோம் என்ற எண்ணம். இவை ஒரு பக்கம் மைனாவின் மனதில் ஓட, கொண்டாடி வாழ வேண்டும் என்ற ஆசை ஒரு பக்கம். இவ்வாறு தொடங்கியது அவளின் கல்லூரி வாழ்வு. அன்று மைனாவிற்கு தெரியவில்லை தான் தேடிய உயிர்த்தோழி இங்குதான் கிடைக்க போகிறாள் என்று!!

எந்த வித சம்பந்தமும் இல்லாமல் மைனாவின் வாழ்க்கையில் நுழைந்தாள் ரெஜினா. ஆம் ரெஜினாவே மைனாவின்

வாழ்வில் இறைவன் கொடுத்த சந்தோஷ சங்கீதம். மைனாவிற்கும் ரெஜினாவிற்கும் நேரடித்தொடர்பு என்று எதும் கிடையாது. மைனா விடுதியில் தங்கிப் படிக்கும் மாணவி. அங்கு விடுதியில் மைனாவிற்கு ஒரு நல்ல தோழி கிடைத்தாள். அவளே மைனாவின் உயிர்த்தோழியை சந்திக்க வழி வகுத்தாள். இருவரும் வெவ்வேறு வகுப்பைச் சேர்ந்தவர்கள். அவளின் வகுப்பு தோழிதான் ரெஜினா. அந்த நாள் மைனா என்றும் மறவாமல் நினைவு கூறும் நாள். ரெஜினாவை முதல் முதலாக சந்தித்த நாள். காதலியை கண்ட நாள் ஞாபகம் வைப்பது போல் இருக்கிறது என்று எண்ணலாம். மைனாவிற்கு நட்பு காதலை விட உயர்ந்தது. அன்று கல்லூரி முடிந்த பின் விடுதி திரும்பும் நேரத்தில் மைனா அவளின் விடுதி தோழியை தேடினாள். இருவரும் ஒன்றாய் விடுதி செல்ல. அவள் யாருடனோ அமர்ந்து பேசிக் கொண்டிருந்தாள். அருகில் சென்று பார்த்த மைனாவின் கண்களுக்கு நெற்றியில் பொட்டு வைக்காமல் புன்னகைத்துக் கொண்டு இருந்த ஓர் அழகிய பூ தென்பட்டது. நெடு நெடுவென உயரம், வெண்ணிலவின் நிறம், அழகின் அம்சங்கள் கொண்டவள். அவள்தான் ரெஜினா. அவளைப் பற்றி அறியாத மைனா தனது தோழியின் அருகில் அமர்ந்து அவளை வம்பு இழுத்துட்டுக் கொண்டு இருந்தாள். அதை கண்டு ரசித்தாள்

ரெஜினா. பின் விடுதி தோழி இருவரையும் இருவருக்கும் அறிமுகம் செய்தாள். ரெஜினா கொடைக்கானலைச் சேர்ந்தவள். அவளின் பேச்சு செயல் அனைத்துமே புதிதாக இருந்தது மைனாவிற்கு. ஏனோ தெரியில்லை மைனாவிற்க்கும் ரெஜினாவை மிகவும் பிடித்தது. அவளுடன் நட்பு கொள்ள ஆசைப்பட்டாள். அன்று மாலைபொழுதில் படவரியில்(instagram) ரெஜினாவின் புகைப்படம் பார்த்த மைனா, அதைப் பற்றி அடுத்த நாள் ரெஜினாவிடம் பேசி நல்ல நட்பை வளர்க்க தொடங்கினாள். ஒவ்வொறு நாளும் உணவு நேரங்களில் விடுதி தோழியை சந்திக்க சென்று அப்படியே ரெஜினாவுடன் நட்பு பெரும் அளவிற்கு வளந்தது. ரெஜினாவை சுற்றி எப்பொதும் நட்புக் கூட்டங்கள் இருந்து கொண்டே இருக்கும். அவள் ஒரு அழகிய பட்டாம்பூச்சி.

தன்னை அறியாமலே நட்பு மழையில் நன்கு நனைந்தனர் இருவரும். ரெஜினாவின் அருகில் இருக்கும்போது சில சமயங்களில் மைனாவிற்கு தாழ்வு மனப்பான்மை வரும். ரெஜினா மிக அழகாக சரளமாக ஆங்கிலம் பேசுவாள். எந்த ஒரு செயலையும் புத்திசாலி தனமாக கையாளுவாள். அதை எல்லாம் வியந்து பார்ப்பாள் மைனா. இதை அறிந்து கொண்ட ரெஜினா மைனாவை தன் நிலைக்கு

உயர்த்தி சொல்வாள். அன்று ஒரு நாள் மைனாவும் ரெஜினாவும் முதல் முதலாக ரெஜினாவின் வீட்டிற்கு செல்வது பற்றி பேசினர். மைனா மனம் ஆசை கொள்கிறது கொடைக்கானல் போக ஆனால் பழகி சில நாட்களே ஆன நிலையில் சற்று தயங்கினாள். கடவுளின் செயல் போல் ஆனது அனுமதி கொடுக்க மாட்டார்கள் என்று நினைத்த மைனாவின் பெற்றோர்கள் அனுமதி கொடுத்தது. நான்கு நாட்கள் ரெஜினாவின் குடும்பத்துடன் அவளின் ஊரில் மகிழ்ச்சியாக கொண்டாடினாள். உறவினரின் வீட்டிற்கும் நண்பர்களின் வீட்டிற்கும் அதிக வேற்றுமைகள் உண்டு. நண்பர்கள் வீட்டில் நாம் நாமாக இருக்கலாம். நம் வீட்டில் இருக்கும் அதே சுதந்திரம் அதே உரிமை. அதன் பின் ஒன்றாய் அதிக நேரம் கழித்தனர் இருவரும் வெவ்வேறு மதத்தைச் சேர்ந்தவர்கள். இருவருக்கும் இடையில் எந்த ஒரு ஒற்றுமையும் இருக்காது. இருவரின் சிந்தனை வேறு, உருவம் வேறு அனைத்தும் வேறு. ஆனால் இருவரின் நட்பும் வேரூன்றி இருந்தது. எந்த நிலையிலும் மைனா தலை குனிவதை முகம் சுழிப்பதை ரெஜினா விரும்ப மாட்டாள். மைனாவின் வீடு வெகு தூரத்தில் இருப்பதால் சிறு சிறு விடுமுறைகளை ரெஜினாவின் இல்லத்தில் இன்பமாய் கழித்தாள். ரெஜினாவின் சிரிப்பு மைனாவிற்கு மிகவும் பிடிக்கும். இறக்கும்

நிலை வந்தாலும் இறைவனிடம் தோழியை பார்க்கவே ஆசையாக உள்ளது என்று சொல்லும் அளவிற்கு நட்பில் ஊறிப் போனாள் மைனா. ரெஜினாவின் பழக்கம் மைனாவால் மாறப்பட்டது. மைனாவின் பழக்கம் ரெஜினாவால் மாறப்பட்டது. மாறுவது தீய பழக்கங்களா? இல்லை நல்ல பழக்கங்களா? என்பது அவர் அவர் கொள்ளும் நட்பை பொருத்தது. தோற்றத்தில் நவீன காலப் பெண் போல் இருந்தாலும் ரெஜினா ஒரு குழந்தை என்பதை நன்கு அறிந்தாள் மைனா. இருவருக்குமே வகுப்பில் பல நண்பர்கள் இருந்தாலும் ஒருவரை ஒருவர் எவரிடத்திலும் விட்டுக்கொடுக்கவில்லை. ஒரு நண்பனுக்காக இன்னோர் நண்பனை காயப்படுத்தாமல் பார்த்துக்கொள்ள வேண்டும். நண்பர்களை சம்பாதிப்பது எளிது, கட்டிக் காப்பது கடினம். ரெஜினா மனதுக்கு நெருக்கமானோர் என்று பலர் இருந்த வேளையிலும் மைனா மீது வைத்த அன்பும் பாசமும் நேசமும் உரிமையும் குறையவே இல்லை. இருவரின் குடும்பத்தாரும் நல்ல நட்பு கொண்டு விளங்கியதால் உறவு இன்னும் உறுதியானது. மைனா ரெஜினாவின் நட்பு தொடங்கிய பின் ரெஜினா கொண்டாட வேண்டிய முதல் பிறந்தநாள் வர இருந்தது. மைனா மிகுந்த ஆர்வம் கொண்டு இருந்தாள் அந்த பிறந்தநாளை எண்ணி மனதளவில்

குழந்தையாய் இருந்த ரெஜினாவை பிறந்த நாளன்று நிஜக்குழந்தையாக மாற்ற விரும்பினாள் மைனா. ரெஜினாவின் மத்த நண்பர்களை உடன் சேர்த்துக்கொண்டு பிறந்தநாள் திட்டத்தை மிகவும் திருட்டுத் தனமாக தீட்டினாள். ரெஜினாவை அருகில் வைத்துக்கொண்டே அவளின் பிறந்தநாளுக்கான திட்டங்களை தீட்டினால். பாவம் அந்த குழந்தை மனம் கொண்டவளுக்கு அது தெரியவில்லை. ரெஜினாவின் பிறந்தநாள் அன்று அவள் தனது குடும்பத்துடன் கொடைக்கானலில் கொண்டாடும் முடிவில் இருந்ததால் மைனாவின் திட்டத்தை 1 வாரம் முன்னதாகவே நடத்த முடிவு செய்தனர் நண்பர்கள். அன்று ஒரு ஞாயிற்றுக் கிழமை ரெஜினாவை வரவழைத்து பிறந்த நாளுக்குகான இன்ப அதிர்ச்சியை கொடுத்து மகிழ்வித்தார் நண்பர்கள். இன்பத்தில் நெகிழ்ந்து போனாள் ரெஜினா. மைனாவின் ஆசைப்படி ரெஜினாவை குழந்தையாக மாற்ற அவளுக்கு ஓர் கரடி பொம்மையை அவளின் உயரத்துக்கு பரிசாக கொடுத்தாள். அதைக் கண்டதும் சந்தோஷத்தில் குழந்தைப் போல் துள்ளி குதித்து ஆடினாள் ரெஜினா. பின் அந்த நாள் முழுதும் நண்பர்கள் சேர்ந்து ஒன்றாய் குதுகலமாய் கொண்டாடி களித்தனர். நண்பனின் பிறந்தநாளை கொண்டாடுவதில் ஒரு தனி சந்தோஷம் இருக்கும். மைனாவிற்கு

ஒரு பழக்கம் உண்டு தனக்கு மிகவும் நெருக்கமான நபர்களுக்கு முத்தம் கொடுப்பாள். அப்படி ரெஜினாவுக்கு கொடுத்தாள். ரெஜினாவிற்கு பழக்கம் இல்லாத ஒன்று இதெல்லாம் புதிதாக இருந்தது. ஆனால் அவள் அதனை வெறுக்கவில்லை. கெட்டுப்போய் கிடக்கும் கலிகாலத்தில் அனைத்துமே தவறு என்ற கண்ணோட்டம். காமமில்லாத காதலே இல்லையென்றும் ஓரினசேர்க்கை என்றும் பல அசுத்தம் வந்தால் பாசத்தில் கொடுக்கும் முத்தமும் அன்பான அரவணைப்பும் கூட சிலரின் பார்வைக்கு தவறாகவே தோன்றுகிறது. ஆணும் ஆணும் கட்டி அணைத்துக் கொண்டாலோ பெண்ணும் பெண்ணும் கன்னத்தில் முத்தம் கொடுத்துக் கொண்டாலோ வேறு விதமாக நினைக்கும் கூட்டம் அதிகமாக உள்ளது. முத்தம் காமத்தின் கதவல்ல அது பாசத்தின் பரிமாற்றம். இதை இருவரும் நன்கு உணர்ந்தனர். அதிக சோகம் இல்லை அதிக சந்தோஷத்தை பரிமாற்றும் தருணத்தில் நெற்றி முத்தம் கொடுத்துக் கொள்வர்கள் இருவரும். சக நண்பர்கள் கிண்டல் செய்தாலும் அதை பொருட்படுத்த மாட்டார்கள். ரெஜினாவால் மைனாவின் கல்லூரி வாழ்வு மிக அழகாகப் மாறியது. உண்மையான நட்புக்கு சண்டை என்பது உறவுக்கான

சத்துணவு. சண்டைக்கு பின் நட்பு மேலும் வலிமை பெரும். இப்படி சண்டை வந்தாள் கூட அதை மீண்டு வந்து நட்பால் கல்லூரியை வளம் வந்தனர் மைனாவும் ரெஜினாவும். இப்படியே நாட்கள் நகர மைனாவின் மனம் தனக்கு எதுவும் தனித் திறமை இல்லை என்று கவலை கொண்டது. தன்னால் என்ன செய்ய முடியும் என்று தேட தொடங்கினாள். சற்று மன அழுத்தம் கொண்டாள். நட்பில் கவனம் இழந்தாள். தன் தோழி தன்னை விட்டு விலகுவது போல் ரெஜினா உணர்ந்தாள். ஆனால் காரணம் அறியவில்லை. ஒன்றாக செலவழிக்கும் நேரமும் குறைந்தது. ஒரு நாள் மைனா தனது தமிழ் ஐயாவின் பேச்சை கேட்டாள். தமிழ் மீது ஆர்வம் இல்லாதவர்களுக்கு கூட தமிழ் மீது ஆர்வம் வரும். அந்த அளவுக்கு அற்புதமான ஆழமான பேச்சு. மிகவும் சிறந்த முறையில் ஊக்கப்படுத்தினார். அவை மைனாவின் மனதில் ஓடிக் கொண்டே இருந்தது. சில நாட்களுக்கு பின் மைனா முதன் முறையாக தன் மனதில் தோன்றிய ஒன்றை எழுத்தில் வெளிப்படுத்தினாள். உடன் இருந்த சக நண்பர்களிடம் காட்டினாள். அனைவரும் அவள் எழுதிய கவிதை மிகவும் அருமையாக உள்ளது என்று கூறினார். அதை தன் தமிழ் ஐயாவிடம் கூறினாள். பாராட்டுகளைப் பெற்றாள். வாழ்வில் முதல்தடவை தன்

திறனுக்கு பாராட்டு பெற்றாள். பள்ளியில் மதிப்பெண்ணிற்காக பல பாராட்டுகள் கிடைத்தாலும் அதில் தனித் திறன் வெளி படாது ஆசிரியரின் பயிற்சியே வெளி படும். இது ஒரு பக்கம் இருக்க ரெஜினா மைனாவை எண்ணி கவலை கொண்டாள். அவர்களை பிரிக்க நினைக்கும் சகுனி கூட்டம் இந்த வாய்ப்பை பயன்படுத்தி ரெஜினாவின் மனதை மேலும் குழப்பினர். மைனா நட்பில் உண்மையாக இல்லை அவளுக்கு நீ முக்கியம் இல்லை என்று சொல்லி ரெஜினாவை புண்படுத்தினார். பெரும் வலியை கொடுக்கும் நட்பின் பிரிவு.

அந்த அளவிற்கு மைனா விலகியது ரெஜினாவை வதைத்தது. ஆனால் மைனா தன்னையே மறந்து தேடினாள் என்பது எவருக்கும் தெரியவில்லை. இத்தனை வலிகளையும் மனதில் தாங்கிய பின்னும் ரெஜினாவின் நட்பு உடையவில்லை. அவளுக்கு ஏதோ ஒரு கவலை உள்ளது அதனால் தான் அவள் விலகி இருக்கிறாள் என்று புரிந்துக்கொண்டு அதற்கான காரணத்தை தேடி அறிந்துக்கொண்டாள். மைனா கவிதை எழுத தொடங்கியதை அறிந்து மனம் மகிழ்ச்சி அடைந்தாள் ரெஜினா. அதுவே உண்மை நட்பும்கூட. மைனாவிற்கே தெரியாமல் அவளின் வளர்ச்சிக்கு பல

உதவிகள் செய்தாள். தமிழ் ஆசிரியர்களிடம் மைனாவைப் பற்றி கூறி பலமடங்கு முன்னேற்றம் அடைய வைத்தாள். இதை எல்லாம் தெரிந்துகொண்ட மைனா மனம் உருக ரெஜினாவின் முன் வந்து நின்றாள். என்ன பேசுவது என்று தெரியாமல் கண்ணில் நீர் பெருக்கெடுக்க நின்றாள். ரெஜினா எதுவும் பேசாமல் கட்டி அணைத்துக் கொண்டு ஒன்றுமில்லை என்று சொன்னதும் பெருக்கெடுத்த கண்ணீர் தரையை வந்து தொட்டது.

உடன் இருந்தாலும் இல்லாவிட்டாலும் பேசினாலும் பேசாவிட்டாலும் நட்பு நம்மை கீழ் விழாமல் வாழதான் வைக்கும். எல்லோரின் வெற்றிக்கு பின்னாடியும் நண்பனின் ஊக்கம் வேரூன்றி இருக்கும். வெற்றுக் கல்லும் ஓர் நாள் சிலையாகும் அதன் காரணமாக நிச்சயம் நண்பன் என்று ஒருவன் இருப்பான்.

அதன் பின் மைனாவின் ஒவ்வொறு கவிதைகளும் ரெஜினாவின் நட்பால் அழகு பெறச் செய்தது. உண்மை நட்பின் பிரிவை எண்ணி பல பினந்தின்னிகள் காத்துக்கிடக்கும். விட்டுக்கொடுத்துவிடாதே மேலும் பல நாட்கள் நெருக்கத்தோடும் புரிதலோடும் அன்போடும் நட்போடும் பாசத்தோடும் பழகினர் மைனாவும் ரெஜினாவும். விடுமுறை நாட்களில் கூட கைபேசியில் விடிய விடிய கதை பேசினார். பேச பேச பேச்சு நீன்றதே தவிர குறையவில்லை. நட்பால் கல்லூரியே கண்ணு வைக்கும் அளவிற்கு வளர்ந்தனர். மைனாவின் தாழ்வு மனப்பான்மையை அவ்வபோது எட்டி பார்க்கும் அப்படி இருக்க ஒரு முறை ரெஜினாவிடம் தன் மீது உள்ள பாசம் இன்று போல் என்றும் இருக்குமா தன்னை வெறுத்துவிட மாட்டாயே என்று கேட்டாள் மைனா. அதற்கு சிரித்துக்கொண்டே

'முதுகில் குத்தியவர்களின் மீதே இன்றும் பாசம் வைத்துள்ளேன் வெறுக்கவும் மனமில்லை, இதில் நீ முதுகெலும்பாய் இருக்கிறவள் உன்னை வெறுக்க எந்நாளும் என்னால் முடியாது' என்றாள் ரெஜினா. மனம் மகிழ்ந்தாள் மைனா. இருவருக்கும் கண்ணீர் வடியும் நேரத்தில் தாங்கி கொள்ள தோளும், வாழ்வு இருண்ட வேளையில் நிம்மதியாய் உறங்க மடியும் கொடுத்தது அவர்களின் நட்பு. நண்பனின் மடி தாய் மடியின் சுகம் தரும்.

நாட்கள் நகர்ந்ததே தெரியாமல் போனது. இருவரும் கல்லூரி வாழ்வின் முடிவை நெருங்கினார்கள். மனமெங்கும் அச்சம். வேலை கிடைக்க வேண்டுமென்று. அதிலும் மைனாவிற்கு சற்று அதிகமாகவே இருந்தது. காரணம் அவள் மீது அவளுக்கு நம்பிக்கை

எப்போதும் குறைவு தான். பல நிறுவனங்கள் வேலைவாய்ப்பை வழங்கிட அவர்களின் கல்லூரியை தேடித் வந்தனர். ரெஜினா அதற்காக தன்னை நன்கு தயார் படுத்தினாள். உடன் இருந்த மைனாவையும் சேர்த்து தயார் செய்தாள். தலை சிறந்த ஒரு நிறுவனத்தின் வேலைக்காக இருவருமே முயற்சி செய்தனர் தேர்ச்சியும் பெற்றனர். ஆனால் காலி இடமோ ஒன்றுதான் இருந்தது. ஒருவருக்கு மட்டும்

வேலை கிடைக்கும் மற்ற ஒருவர் தானாகவே விலக வேண்டும். இருவருக்குமே அந்த வேலை மிக முக்கியமானது. அந்த வேலையில் சேர்ந்துவிட்டால் அவர்களின் நிலை மிகவும் உயர்ந்து விடும். இருவருமே நடுத்தர குடும்பத்தைச் சேர்ந்தவர்கள். இரு குடும்பத்தினருக்கும் கடன் தொல்லைகள் உண்டு. இதில் ரெஜினாவிற்கு ஓர் தம்பியும் உண்டு. அவனையும் இவள்தான் பார்த்துக்கொள்ள வேண்டும் இருப்பினும் மைனா தன்னம்பிக்கை இல்லாதவள். இது அவளுக்கு சரியான வாழ்கையை தரும் என்று எண்ணி விலக முடிவு செய்து அதை அந்த நிறுவனத்தின் அதிகாரியிடம் தெரிவிக்கச் சென்றாள். அங்கே உள்ளே சென்றதும் ரெஜினாவுக்கு பேரதிர்ச்சி. அவளைக் கண்டதும் அதிகாரி வாழ்த்தி உங்களுக்கு வேலை உறுதி செய்யப்பட்டது என்று கூறினார். ரெஜினா செல்லும் முன்பே மைனா சென்றதே அதற்கு காரணம். ரெஜினா மைனாவை சந்தித்துப் காரணம் கேட்டதற்கு என்மீது எனக்கு நம்பிக்கை இல்லாவிட்டாலும் என் நட்பின்மீது நம்பிக்கை உள்ளது. அடுத்த முறை என் முயற்சியில் நீ என் உடன் இருப்பாய். அது போதும் எனக்கு என்று கூறி நெற்றி முத்தம் கொடுத்தாள் மைனா. வெவ்வேறு துறைகள் வெவ்வேறு பணிகள் வெவ்வேறு வாழ்க்கை முறைகள் என பலமாற்றங்களும் பிரிவுகளும்

வந்தாலும் தலைமுறை தாண்டி வாழ்ந்தது ரெஜினா மைனா நட்பு.

நம்பிக்கை, புரிதல், விட்டுக் கொடுக்கும் தன்மை இதுவே உறவின் அடிப்படை. இவை இருந்தால் போதும் நட்பு, காதல் அனைத்திலும் வெற்றி காணலாம். நட்புக்காக எதை வேண்டுமானாலும் விட்டுக் கொடு, எதற்காகவும் நட்பை விட்டுக்கொடுக்காதே...

"கண்களின் ஓரங்களில்
கண்ணீர் துளிகள் கசிந்து
விழும் முன்
என் கவலைகளை அறிந்து
குழப்பங்கள் யாவையையும்
தீர்த்து
குழந்தைப் போல் என்னை
மாற்றி
என் தோள் தட்டி அவள்
தோள் சாய்த்துக்
கொள்வாள்
என் உயிர் தோழி...." - மைனாவும்
ரெஜினாவும்.

உயிர் உள்ளவரை நம் உடன் வருவாள் உயிர்த்தோழி. துயர் கொள்ளும் வேலையில் தோழமை கொண்டு தோல்சாய ஆள் இல்லாத ஒவ்வொருவரும் துரதிர்ஷ்டசாலியே .

உலகில் சிறந்த நண்பர்கள் மைனாவா ரெஜினாவா என்று தெரியவில்லை ஆனால் இன்று உங்கள் உள்ளத்தில் அவர்களே சிறந்த நண்பர்கள்.

மு. மங்கை

போதை

குடும்பம் தான் பலரின் சொத்து. குடும்பம் கடவுள் கொடுத்த வரம். வெளியூர் வெளிநாடு என்று சுத்தினாலும் வீடு வந்து சேர்ந்தால் தான் நிம்மதி கிடைக்கும். அப்பேர்ப்பட்ட குடும்பத்தில் தன் மன நிம்மதியைத் தேடினான்

வெற்றி. அப்பா, அம்மா, மூத்தவள் விஜி, இளையவன் வேலன் மற்றும் கடைகுட்டி வெற்றி. இது தான் வெற்றியின் குடும்பம். நடுத்தரக் குடும்பம் என்பதை மறந்து நாளுக்கு நாள் அவர்களின் செயல் மிகவும் மோசமானது. குடும்பத்தில் ஒவ்வொருவரும் ஒவ்வொரு வகையாக இருப்பது இயல்பு தான். ஆனால் எல்லோரும் போதைப் பழக்கத்திற்கு அடிமையானால் என்னாவது? போதை என்றதும் நம் நினைவுக்கு வருவது மது, கஞ்சா, புகையிலை ஆகியவை. ஆனால் மனித வாழ்வில் அது மட்டும் போதையல்ல.

வெற்றியின் அப்பா துரை ஒரு கொத்தனார். மூன்று பிள்ளைகளைப் பெற்ற பொறுப்பு சிறிதும் கிடையாது. வாரத்தில் தொடர்ந்து 4 நாட்கள் கூட ஒழுங்காக வேலைக்குச் சென்று சம்பாதிக்க மாட்டார். ஆனால் வாரத்தில் ஏழு நாட்களும் தவறாமல் மதுபானக் கடையின் முன் நின்று அந்த விஷயத்திற்காக காத்துக் கிடப்பார். அந்த மதுவை கண்ணால் காணும் வரை தவிர்த்து நிற்பார். வெற்றியின் அப்பா அடிமையானது மதுபானம் புகையிலை போன்ற போதைகளுக்கு. வயதோ 50 நெருங்கியது உடல் நரம்புகளை தளர்ந்தது. ஆனால் கையைவிட்டு இந்த மதுப்பழக்கம் மட்டும் போகவே இல்லை. கட்டிய மனைவியின் கண்ணீரை துடைக்க

வழியில்லை என்றாலும் அவளைப் கதற விடாமலாவது இருக்கலாம். ஆனால் இவரோ தினமும் குடித்து விட்டு தன் மனைவியை அணு அணுவாய் கொடுமை செய்தார். வீட்டில் வயதுக்கு வந்த பெண் இருப்பதை முற்றிலும் மறந்து முழுநேர மதுவிற்கு மயக்கி மதி இழந்து திரிந்தார் துரை. இவரின் குடிபோதையால் ஊரில் இவருக்கென ஒரு மரியாதை இல்லை. இவரால் இவரது பிள்ளைகளும் அவமான பட்டார்கள். எங்கு சென்றாலும் குடிகாரனின் பிள்ளைகள் என்ற பெயர். குடிபோதையால் இவர்கள் மட்டுமல்லாமல் இவர் குடும்பமே மிகவும் சிரமப்பட்டது. தகப்பன் தலைதூக்கா விட்டால் பிள்ளைகள் தறிகெட்டு தான் போவார்கள்.

சரி அப்பா தான் இப்படி அம்மா வாவது பிள்ளைகளை கவனிப்பாள் என்று பார்த்தால் அவளும் வேறு வழியில் போய்க் கொண்டிருந்தாள். வெற்றியின் அம்மா வடிவு ஒரு வசதியான வீட்டில் பிறந்து செல்வாக்காய் வளர்ந்தவள். ஆனால் அவளின் போதாத காலம் வசதியில்லா வெற்றியின் அப்பாவை திருமணம் செய்து கொண்டாள். பிறப்பிலே குருடனாய் பிறந்து திடிரென உலகையே கண்டு ரசிக்க பார்வை கிடைத்து மீண்டும் குருடனாக தவிக்கும் நிலையே வெற்றியின் தாயின் நிலை. பணக்கார வாழ்க்கையை அனுபவித்து அவளால் இந்த சாதாரண நடுத்தர

குடும்ப வாழ்க்கையை ஏற்றுக் கொள்ள முடியவில்லை. பணம் பணம் என்று பண போதை அவளை ஆட்கொண்டது. குடிகார கணவனிடம் மூன்று குழந்தைகளை பெற்றதை தவிர வேறு எந்த சந்தோஷமும் தனக்கில்லை என்று புலம்பிக்கொண்டே இருப்பாள். விரைவில் அதிக பணம் சம்பாதிக்க யார் என்ன வழி சொன்னாலும் செய்வாள். பல ஏமாற்று வேலைகளை நம்பி அதில் பணத்தை இழந்ததும் உண்டு. கடன் வாங்கினால் திருப்பிக் கொடுக்க முடியுமா என்பதை யோசிக்காமல் தன் போதையால் கழுத்தை நெறிக்கும் அளவிற்கு கடன். பிறரிடம் தான் இவ்வளவு பணம் வைத்திருக்கிறேன் என்று பெருமையுடன் சொல்ல விரும்புவாள். தங்க நகைகள் கண்டு ஆசை கொள்வாள்.

வடிவின் பலவீனத்தை நன்கு அறிந்துகொண்ட கந்து வட்டி கணேசன் அவளுக்கு வட்டி கொடுக்க வேண்டாம் என்று சொல்லி அளவுக்கு அதிகமான பணத்தை கொடுத்து வந்தான். வடிவை தனது வலையில் விழவைக்க முயற்சி செய்தான். அப்பாவும் மதுவில் மயங்க, அம்மாவோ பணத்தின் பின் ஓட, பிள்ளைகள் மூன்று பேரும் நூலில்லா காத்தாடி ஆனர்.

வெற்றியின் அக்கா விஜி. மிக அழகான பெண்மணி. வெற்றியின் மீது அதிக அன்பு கொண்டவள். வயதுக்கு வந்து பல வருடங்கள்

ஆன நிலையில் கல்யாணம் செய்து வைக்க வேண்டிய பெற்றோர்கள் பொறுப்பில்லாமல் இருக்கும் நிலையில் தன் வயதிற்கான ஆசைகளையும், ஏக்கங்களையும் கொண்டிருந்தால் விஜி. தன்னுடன் பழகிய தோழிகளுக்கு கல்யாணமாகி குழந்தைகளும் இருக்கின்ற நிலையில் தான் அழகாக இருந்தும் தனக்கு திருமணம் ஆகவில்லை என்ற ஏக்கம் அவளைப் ஆட்டிப் படைத்தது. ஒரு ஆண் தன்னை பார்ப்பதையும், சிரிப்பதையும், ரசிப்பதையும் அவள் விரும்பினாள். யாரேனும் தன்னை காதல் செய்வார்களா என்று எதிர்பார்த்தால். காதல் ஈர்ப்பு அவளுக்குள் அதிகமானது. காதலிப்பவன் தான் கணவனாக வேண்டும், கணவன் ஆனவன் காலமெல்லாம் கண்கலங்காமல் பார்த்துக் கொள்ள வேண்டும். கட்டியவன் சரியில்லை என்றால் வாழ்க்கையே பெருங்குழியில் சறுக்கி விடும். இதையெல்லாம் யோசிக்கும் அளவிற்கு கூட நிதானம் இல்லாமல் காதல் செய்ய வேண்டும் என்று காத்துக்கிடந்தாள் விஜி. மதி இழக்கச் செய்யும் எதுவாயினும் அது போதையே. விஜி அடிமையானது காதல் போதைக்கு.

அப்படியிருக்க ஊரையே பணத்தால் அடிமைப்படுத்தி கொண்டிருந்த அந்த கந்து வட்டி கணேசன் மீது விஜி காதல் கொண்டாள்.

கணேசனுக்கும் விஜியின் அம்மா வடிவிற்கும் அதீத கொடுக்கல்-வாங்கல் இருந்ததால் அடிக்கடி வீட்டுக்கு வந்து செல்லும் அவனின் மீது விஜிக்கு காதல் ஏற்பட்டது.

வெற்றியின் அண்ணன் வேலன் தன் குடும்பத்தில் அப்பா ஒழுங்காக சம்பாதிக்காததால் அவன் செங்கல் சூளைக்கு வேலைக்கு சென்றான். ஒரு குறிப்பிட்ட வயதுவரை பிள்ளைகளை பெற்றோர்கள் தங்கள் கட்டுக்குள் வளர்க்க வேண்டும். ஆனால் வேலனை அவன் பெற்றோர் அவ்வாறு வளர்க்கவில்லை. அதனால் பள்ளிக்கூடம் போக விரும்பவில்லை படிப்பும் ஏறவில்லை. பிஞ்சிலே பழுத்தவன் என்ற பெயர் எடுத்தவன். வளரவளர அவனின் புத்தியும் எண்ணமும் மிக மோசமானது. ஆபாசங்கள் மீது அதிக ஆர்வம். பெண்களை தப்பான கண்ணோட்டத்தில் பார்க்க தொடங்கினான். இப்படியிருக்க அவன் வேலைக்கு போன இடமும் செங்கல் சூளை. அங்கு அவனின் சேர்க்கை மிகவும் மோசம். அவனை மேலும் புத்திக் கெட்டவனாக மாற்றினார்கள். தன்னுடன் பிறந்த அவளும் பெண்தான் என்பதை மறக்கும் அளவிற்கு ஆபாசமும் காம உணர்வு அவனை ஆட்கொண்டது. தன்னை அடக்க எவனும் இல்லை என்று திமிருடன் திரையரங்குகள்

சென்று ஆபாச படங்கள் பார்க்கும் அளவிற்கு வளர்ந்தான். ஒரு ஆண் ஒரு பெண்ணை எவ்வாறு பார்க்கவேண்டும் எவ்வாறு பழக வேண்டும் என்பதை அவரவர் பெற்றோர்கள் தான் சொல்லிக் கொடுக்க வேண்டும். பெண்ணைப் மட்டுமே கண்டித்து வளர்க்கும் இந்த உலகில் ஆண்ணையும் சரியான வயதில் சரியான விதத்தில் கண்டித்து வளர்த்தால் பல இடங்களில் கற்பழிப்புகள் நடக்காது. வேலனைப் போன்று தறிகெட்டுத் திரியும் இளைஞர்களே இன்று குழந்தைக்கும் குமரிக்கும் வித்தியாசம் தெரியாமல் கற்பழிக்கின்றனர்.

ஒரு குடும்பத்தில் ஒரு நபர் சரி இல்லை என்றாலே அந்த குடும்பத்தையே பழிப்பார்கள், குறைசொல்வார்கள். அப்படி இருக்கையில் இங்கு குடும்பத்தில் உள்ள அனைவரும் இப்படி இருந்தால் அந்த ஊர் மக்களின் பார்வை அந்த குடும்பத்தின் மீது எவ்வாறு இருக்கும். வெற்றி ஒரு நல்ல பிள்ளை. எந்த கெட்ட பழக்கமும் இல்லாதவன். தனக்கென தனித்திறன் இல்லை என்று எண்ணிக் கொண்டிருந்தான்.

ஆனால் தன் குடும்பத்தை எண்ணி மிகவும் கவலை கொள்வான். குடும்ப அன்பு, ஒற்றுமை இவை எல்லாம் தனக்கு கிடைக்கவில்லை என்று வேதனை கொள்வான். குடும்பத்தில்

உள்ள எல்லோரும் போதை பழக்கத்திற்கு அடிமை ஆனதால் இவனும் அப்படிக் கெட்டுப் போவான் என்று அர்த்தமில்லை. சேற்றில் பூத்த செந்தாமரை வெற்றி. தன்னுடன் இருப்பவரைப் பார்த்து அதைப் கற்றுக் கொண்டு வீணா போகாமல் தான் அவ்வாறு போகி விடக்கூடாது என்று பாடம் கற்றுக் கொண்டான். தன் குடும்பத்தினர் கொண்ட போதைகள் அவர்களையும் குடும்பத்தையும் அழிக்கச் செய்கிறது. போதை என்றாலே அழிவு என்று அர்த்தம் இல்லை. ஒவ்வொருத்தர் எடுத்துக்கொள்ளும் போதையை பொருத்தது.

தனக்கென ஒரு போதை வேண்டும் ஆனால் அது அழிவிற்கானதாக இருக்க கூடாது. அதன் விளைவு நன்மையை தர வேண்டும் என்று எண்ணினான். தனக்குள் தோன்று எண்ணங்கள் தான் காணும் காட்சி தன் குடும்பம் படும் கஷ்டம் இவை அனைத்தையும் கொண்டு சிறுசிறு கவிதைகளும், சிறுகதைகளும் எழுதினான். அதில் ஒன்றை தன் நண்பர்கள் சிலரிடம் காட்டியபோது அவர்கள் வியந்து கைதட்டி பாராட்டினர். தனக்குள் இருக்கும் எழுத்தாளனை அன்று வெற்றி கண்டறிந்தான்.

அதுமட்டுமின்றி அந்த கைதட்டல் ஓசை வெற்றிக்கு மிகவும் பிடித்தது. அதை மீண்டும் மீண்டும் கேட்க விரும்பினான். அந்த ஓசையே அந்த பாராட்டே அவனின் போதையானது. அந்த போதை அவனை அழிக்கவில்லை அவனை உருவாக்கியது. அவனின் பெயரிலுள்ள வெற்றியை அவனுக்கு அள்ளிக் கொடுத்தது. வெற்றி மேலும் வளர வெளியூர் சென்றான். இப்படி இருக்க வெற்றியின் அப்பா துரையின் உடல்நிலை மிகவும் மோசமானது. மது அருந்தி அருந்தி அவரது குடல் வீணாய் போனது. படுத்த படுக்கையானார். அந்த உயிர் போகும் நொடிகள் தான் அவர் செய்த தவறுகளை அவர் உணர்ந்தார். மது நாட்டிற்கும் வீட்டிற்கும் உடலுக்கும் கேடு என்று சொல்லி அதெல்லாம் உண்மை என்று அந்தகணமே அவர் உணர்ந்தார்.

காதல் போதையில் சிக்கிய விஜி அந்த கணேசனை கண்மூடித்தனமாக நம்பினால். ஆசை வார்த்தைகள் பேசி நன்கு ஏமாற்றி வந்தான் அவன். முதலில் மெல்ல மெல்ல அவளிடம் நெருங்கிப் பழக ஆரம்பித்தான். ஒரு கட்டத்திற்கு மேல் காதலின் பெயரைச்சொல்லி கல்யாணம் ஆகும் முன்பே அவளின் கற்பை அவன் களங்கம் செய்தான். இவை எதுவும் பண போதையில் கிடந்த வடிவிற்கு தெரியாது. அடிக்கடி இருவருமே சேர்ந்து இருக்கும்படி

செய்தான். தன் ஆசைகள் எல்லாவற்றையும் விஜியின் மூலம் அனுபவித்து ஆனந்தம் கொண்டான். நாட்கள் வேகமாக நகர்ந்தது. விஜி தன்னை கல்யாணம் செய்து கொள்ளும்படி கணேசனிடம் கேட்டபோது தன் தகுதிக்கு ஏற்ற ஒரு பணக்கார வீட்டுப் பெண்ணை தான் கல்யாணம் செய்து கொள்வேன் என்று திமிருடன் சொன்னான். அதிர்ச்சியில் ஆடிப்போனாள் விஜி. தன் வாழ்க்கையே பறி போனது அந்த நொடி அவளின் காதல் போதை தெளிந்தது. தவறு செய்துவிட்டேன் என்று கதறி தன் தாய் வடிவிடும் நடந்ததைச் சொல்லி அழுதாள். உண்மை அறிந்த வடிவால் இதை ஏற்றுக் கொள்ளவே முடியவில்லை. கந்துவட்டி கணேசனைப் பார்க்க உச்சகட்ட கோபத்துடன் போனாள். அவனின் சட்டையைப் பிடித்து தன் மகளின் வாழ்வுக்கு வழி கேட்டாள். அவன் வடிவின் கையை தட்டிவிட்டு தான் இதுவரை கொடுத்த பணத்தை வட்டியுடன் கொடுத்தால் அவளின் மகளைக் கட்டிக் கொள்வேன் என்றான். ஊர் மக்களை அழைத்துச் பஞ்சாயத்து வைத்து கேட்டாலும் இதைத்தான் சொல்வேன் என்றான் திமிரான சிரிப்புடன். பணத்தைக் கொடுக்க முடியவில்லை என்றால் வாழ்நாள் முழுவதும் வைப்பாட்டியாக வேண்டுமானால் வைத்துக் கொள்கிறேன். நீ கைநீட்டி வாங்கிய பணத்திற்கு மகளுடன் நான்

சந்தோஷமாக இருந்து விட்டேன் என்றான் கணேசன். அதைக்கேட்ட வடிவு வாயடைத்து போனாள். பண போதையில் தன் பிள்ளைகளைப் பற்றி யோசிக்கவில்லை அவர்களின் வாழ்வை நானே அழித்து விட்டேன் என்று தலையில் அடித்துக்கொண்டு அழுதாள்.

இந்த விவரம் அறிந்த வேலன் கோபத்தில் கொந்தளித்தான். கணேசனை கரடுமுரடாக அடிக்கத் தொடங்கினான். கணேசனின் ஆட்கள் வந்து அவனைத் தடுத்து பின் எல்லோரும் சேர்ந்து அவனை கொடூரமாக முகத்தை கிழித்து அடித்தனர். ரத்தத்துடன் கிடந்த வேலனிடம் சென்று நீ மட்டும் ஊரில் உள்ள பெண்களை ஆபாசமாக நினைக்கலாம் அவர்களின் அங்கங்களையும் மறைவாக கண்டு ரசிக்கலாம் ஆனால் நான் உன் அக்காவை ஏமாற்றக்கூடாதா? என்று கேட்டான் கணேசன். வேலன் கொண்ட வேதனைக்கு அளவே இல்லை. தன் பிறப்பை எண்ணி தானே வெட்கப்பட்டான். அருவருக்கத்தக்க தன்மையை உடையவன் நான் என்று கதறினான். என் வீட்டுப் பெண்ணைத் தொட்ட போது தான் எனக்கு வலி தெரிகிறது. நான் பெரும் பாவி. தெய்வமாய் வணங்க வேண்டிய பெண்களை தவறா எண்ணியதும் பார்த்ததும் மன்னிக்க முடியாத பாவம் என்று அழுத்து தன்

தாய் வடிவின் காலில் விழுந்தான். கட்டியவளிடம் மட்டுமே காட்ட வேண்டிய காம உணர்ச்சியை வேறு எந்த பெண் மீதும் காட்டக்கூடாது என்பதை நன்கு உணர்ந்தான். இனி ஒருபோதும் நான் அப்படி இருக்க மாட்டேன் என்றான்.

தன் போதைக்காக வெளியூர் சென்ற வெற்றி தான் தேடிய வெற்றியையும், புகழையும், பணத்தையும் ஒரு எழுத்தாளனாய் நன்கு சம்பாதித்தான். தன்போதை தலைக்கேறினால் நான் தான் தலைகீழாக கவிழ்ந்து விடுவோம் என்பதை உணர்ந்து அதனை அளவாய் வைத்துக் கொண்டான். அவனுக்குள் இருந்த எழுத்தாளனை வெளிக்கொண்டு வந்தது அந்தத் கைதட்டல் ஓசை பாராட்டு. பாராட்டு ஒரு மனிதனின் எந்த நிலைக்கும் உயர்த்திச் செல்லும். தனக்கு தேவையான பெயர், புகழ், பணம் என அனைத்தும் கிடைத்ததே தான் வாழ்வை இந்த ஊரில் ஆனந்தமாய் வாழலாம் என்று சுயநலமாய் எண்ணாமல் குடும்பம் தான் முக்கியம் என்று யோசித்தான். தன் குடும்பத்தை தூற்றிய ஊர் மக்கள் முன்னாடி தான் ஒரு நல்ல மதிப்புமிக்க ஆளாய் வந்திருந்தான் வெற்றி.

வீட்டிற்கு ஆசையாய் ஓடி வந்தவன் கண்டது உடல்நிலை மோசமான அப்பாவையும்,

வாழ்க்கை கேள்விக்குறியாக இருந்த அக்காவையும், நொறுங்கிப் போன குடும்பத்தை கண்ணில் கண்ணீர் சொட்ட நான் இருக்கிறேன் என்றான் தன் குடும்பத்தாரிடம். முதலில் அப்பாவின் உடலை சரி செய்ய வேண்டும் அவரின் உயிரை காப்பாற்ற வேண்டும் என்று மருத்துவமனையில் சேர்த்து செலவு செய்து அவரைப் பிழைக்கச் செய்தான். இனி மது அருந்தினால் மட்டுமே இவரை மரணம் நெருங்கும் என்று மருத்துவர் சொல்லிவிட்டார். எந்த நிலையிலும் அந்த விஷத்தை தொடமாட்டேன் என்று வெற்றிக்கு வாக்குக் கொடுத்தார் துரை. பின் தன் அக்காவின் கல்யாணத்திற்காக கணேசனின் காலில் விழுந்து அவன் கேட்ட பணத்தைக் கொடுத்து, அவனுக்கு புத்திமதி சொல்லி அவனையும் மாற்றினான். குடும்பம், அன்பு, உறவு, இவை எல்லாம் எவ்வளவு முக்கியம் என்பதைக் சொல்லி தான் அதற்காக எவ்வளவு ஏங்கி இருக்கிறேன் என்பதையும் சொல்லி அவன் மனதை மாற்றினான். கணேசனும் தன் தவறை உணர்ந்து மனம் திருந்தி விஜியை கல்யாணம் செய்துகொள்ள ஒத்துக்கொண்டான். தன் குடும்பத்தை தனி ஒரு ஆளாக நின்று காப்பாற்றினான். வெற்றியின் கை பிடித்து அவனின் அப்பா நாங்கள் அடிமையான போதை நம் குடும்பத்தை சீரழித்தது ஆனால் நீ கொண்ட

போதை உன்னையும் உயர்த்தி நம் குடும்பத்தையும் வாழ வைத்தது என்று சொல்லி ஆனந்தம் அடைந்தார். காசு பணத்தை விட பிள்ளைகளும் குடும்பமும் தான் முக்கியம் என்பதை உணர்ந்தாள் வடிவு. எல்லோரும் அவர்களின் தவறுகளை உணர்ந்து திருந்திவிட்டனர்.

இத்தனை காலமாக வெற்றி ஏங்கிகொண்டு இருந்த குடும்ப அன்பு இனி அவனுக்கு கிடைக்கும் .

குடும்பத்தில் உள்ள அனைவரும் அனைவரையும் பார்த்துக் கொள்ள வேண்டும். தப்பு செய்வது தகப்பனாக இருந்தாலும் தட்டிக் கேட்க வேண்டும். அதைப்போல் கடைக்குட்டி ஆக இருந்தாலும் ஒரு செயல் செய்கையில் தட்டிக் கொடுக்க வேண்டும்.

போதையால் அழிந்தவர்களும் இந்த குடும்பமே போதையால் வாழ்வை வென்றவர்களும் இந்த குடும்பமே. வாழ்கையில் எதுவும் நாம் எடுத்துக்கொள்வது வேண்டும் - நல்லதாக இருந்தாலும் கெட்டதாக இருந்தாலும். வெற்றியை போல கெட்டதிலும் நல்லதை தேடுவோம் நாமும் வெற்றியை நாடுவோம்.

விலையில்லா மகள்

"**ம**ங்கையராய் பிறந்திட மாதவம் செய்திட வேண்டும்" பெண்ணின் பிறப்பு பெருமைக்குரியது என்றெல்லாம் சொல்வார்கள். ஆனால் அனுதினமும் அவதிப்படும் பெண்களிடம் கேட்டுப்பாருங்கள் பெண்ணின் பிறப்பு எவ்வளவு சாபம் பெற்றது என்று தெரியும். தாய்நாடு தாய்மண் ஆறுகளுக்கு அருவிகளுக்கும் பெண்களின் பெயர் என்று சொன்னாலும் தன் வீட்டில் பெண் பிள்ளை பிறந்ததும் தரையில் சிந்துவதும் கள்ளிப்பால் தானே. பெண் சுதந்திரம் பற்றி பலர் பல பேச்சு பேசுவார்கள் அதே தன் வீட்டுப் பெண்கள் வெளி ஆளை காதலித்து வந்தாள் வெறிகொண்டு வெட்டுவார்கள். இல்லை என்றால் மனதைக் கலைக்க கதற கதற கண்ணீரைத் சொட்டு வார்கள். வீட்டின் உள்ளே ஒரு வாழ்வு வீட்டின் வெளியே ஒரு வாழ்வு இது இன்றும் பல பெண்களின் நிலை.

அப்படி பிறப்பிலேயே சாபம் வாங்கி பிறந்தவள் வள்ளி. மதுரை அருகே உள்ள ஒரு குக்கிராமத்தில் பிறந்தவள். பெண் பிள்ளையாய் பிறந்ததும் 'மூதேவி பிறந்துவிட்டது எனக்கு மேலும் சுமையை ஏற்ற கள்ளிப்பால் கொடுத்து கொன்று விடுங்கள்' என்றான் பாசம் இல்லாத பெத்த அப்பன். ஒவ்வொரு வீட்டிலும் பெண் பிள்ளைகளைப் பெற்றதற்காக பிள்ளையின்

தாயாரை தான் சபித்து தள்ளுவார்கள். ஆண் வாரிசு பிறக்கவில்லை என்றால் அதிர்ஷ்டம் இல்லாதவளே என்று ஏசுவார்கள். ஆனால் பிள்ளைகளைப் பெற்றெடுப்பது மட்டும்தான் பெண்கள். அது ஆணா? பெண்ணா? என்பதை முடிவு செய்வது விதியின் படி வெளிவரும் ஆணின் விந்து தான். பிறந்த சில கணங்களிலேயே இறந்து இருக்கவேண்டிய வள்ளியை அவள் தாய் அன்னக்கிளி காப்பாற்றினாள். அன்றே இறந்திருந்தால் கூட நிம்மதியாக இருந்திருப்பாள். தன் தந்தையின் அன்பைப் பெற்று விட மாட்டோமா என்று ஏங்கினாள் வள்ளி. ஆண் வாரிசுக்கு ஆசைப்பட்டு அடுத்தடுத்து இரண்டு பெண் பிள்ளைகள். வள்ளியின் அப்பாவிற்கு அவள் அம்மா மீதான அன்பு போனது. விவரம் புரிய வயது வள்ளிக்கு. மூன்று பெண் பிள்ளைகளை வைத்துக்கொண்டு என்ன செய்வது என்று தவித்தாள் அன்னக்கிளி. பெண் பிள்ளையாய் பிறந்ததற்காக அவளுக்கான முதல் தண்டனை பத்து வயதில் அவளுக்கு கிடைத்தது.

குடும்பத்தின் மீது சிறிதும் அன்பு இல்லாததால் வள்ளியின் தந்தை வீட்டிற்கு வருவதே இல்லை. அதனால் வயல் வேலைக்குச் செல்லும் அன்னிக்கிளி கைகுழந்தையை மட்டும் கையோடு வேலைக்கு தூக்கிக் கொண்டு போவாள். வள்ளியும் அவளது மூத்த

தங்கையும் வீட்டில் விளையாடிக் கொண்டிருப்பார்கள். அப்படி ஒருநாள் விளையாடிக் கொண்டிருக்கையில் பக்கத்து வீட்டு அண்ணன் வந்தான். தானும் அவருடன் விளையாட வந்ததாகச் சொன்னான். ஆனால் அவனது எண்ணம் வள்ளியிடம் தவறாக இருந்தது. பத்து வயது சிறுமி என்று கூட பார்க்காமல் அவளின் மார்பகப் பகுதியை வேகமாக அழுத்த முயன்றான். வலியில் அழத்தொடங்கினாள் வள்ளி. பயத்தில் ஓடிவிட்டான் அந்த பொறுக்கி. நடந்ததைப் புரிந்து கொள்ளும் வயதும் இல்லை பிறரிடம் எப்படி சொல்வது என்றும் தெரியவில்லை அவளுக்கு. ஆனால் ஏதோ ஒன்று தவறாக உள்ளது என்று மட்டும் அவளின் பிஞ்சு மனதுக்கு தெரிந்தது. அதன்பின் எப்போது அந்த அண்ணனைக் பார்த்தாலும் பயந்து ஓடினாள். வள்ளியின் வயது 15 தொட்டது. வள்ளி என்னும் அழகான பெண் பூவானது அன்று பூத்தது. பெண்களின் வாழ்வில் அது ஒரு முக்கியமான தருணம் என்பார்கள். ஆனால் பெண்களுக்கு நடக்கவிருக்கும் வன்கொடுமைகளுக்கு அது அடுத்த படியாகும். பச்சிளம் பிள்ளையையே பாலியல் கண்ணோட்டத்துடன் பார்க்கும் அரக்கர்கள் மத்தியில் கற்பூரம் ஒரு தனி வாழ்வது அவ்வளவு எளிது அல்ல. ஒரு பெண் வயதுக்கு வந்தால் உடலாலும் மனதாலும் பல

மாற்றங்கள் அடைவாள். ஒரு துளி ரத்தம் பார்த்தாலே மயங்கி விழும் ஆண்கள் அறிந்திடுவார்களோ மாதம் மூன்று நாட்கள் அவள் சிந்தும் இரத்தத்தின் அளவை பெண்ணாய்ப் பிறப்பெடுத்ததே வலிதாங்க தான் என்பதற்கான ஒரு அத்தாட்சி தான் இந்த மாதவிடாய். இன்னும் சொல்லப்போனால் பிரசவ வலிக்கான ஒத்திகையே மாதா மாதம் பெண்கள் அனுபவிக்கும் மாதவிடாய் வலி. இடுப்பு வலி, உடல் வலி, கை கால் முறிப்பு என பாடாய்படுத்தி விடும். பெண்களைப் புனிதம் என்பார்கள் ஆனால் அந்த மூன்று நாட்கள் நாங்கள் எதை தொட்டாலும் புனிதம் கெட்டு விடும் என்பார்கள். மாதவிடாயின் துர்நாற்றத்தை சகிக்க முடியவில்லை என்பார்கள் ஆனால் பெண்களால் துர்நாற்றத்தோடு அவதியும் சேர்ந்து அனுபவிப்பார்கள். என்னதான் உணர்வுகள் இருந்தாலும் பல அறுவை சிகிச்சை செய்து கொண்டாலும் திருநங்கைகள் முழு பெண்ணாக மாற முடியாது காரணம் பெண்கள் சுமக்கும் கருவறை .பெண்ணின் பிறப்புறுப்பை திட்டுவதற்கான கெட்ட வார்த்தையாக பயன்படுத்துகிறார்கள் அதன் வழியே உலகிற்கு வந்தோம் என்பதை மறந்து. வயதுக்கு வந்ததும் வள்ளியின் அழகு மேலும் கூடியது. அவள் பேச்சு, நடை என அனைத்தும் மாறியது. வெள்ளை வேட்டி கட்டிக்கொண்டு

கௌரவமான சிங்கப்பூர் பெரியவன் வழிமறித்து தப்பாக நடக்க முயன்றான். தட்டுத்தடுமாறி தப்பு நடக்கும் முன் அவனிடமிருந்து தப்பி ஓடி வந்தால் வள்ளி. நடந்த கொடுமைகளை தன் தாயிடம் சொல்லி அழுதாள். பாவம் அந்த ஏழை தாயால் என்ன பண்ணமுடியும் குற்றம் செய்ய முயன்றவன் பெரிய ஆளாச்சே. அதனால் வள்ளியை தான் கண்டித்தாள். வயது வந்த பிள்ளை இனி எங்கும் தனியாக போகக்கூடாது என்று அதட்டினாள். தப்பை தட்டிக் கேட்கவும் பணம் வேண்டும் தப்புகளை தைரியமாக செய்யவும் பணம் வேண்டும். வள்ளியும் வேறுவழியின்றி நடந்ததை மறந்து விட்டு வாழ தன்னை மாற்றிக் கொண்டாள். அரை வயிறு கால் வயிறு கஞ்சி குடிக்கும் ஏழைகளிடம் உள்ள ஒரே சொத்து அவர்களின் மானம் தான். அடிப்படை வசதி கூட ஒழுங்காக இல்லாத சூழலில் தான் வள்ளி வளர்ந்தாள். அவளின் வயது 16 ஆனது. அந்தப் பருவ வயது பெண்கள் பத்திரமாக கடக்க வேண்டிய வயது. காதல் மலரும் வயது. வள்ளியின் ஊரில் உள்ள ஊர் தலைவரின் புது வீடு கட்டுமான பணிக்கு வெளியூரில் இருந்து ஆட்கள் வந்து வேலை செய்தனர். அப்படி வேலை பார்க்க வந்தவர்களின் ஒருவன் செல்வம். வேலை நேரங்கள் இல்லாமல் மற்ற நேரங்களில் ஊருக்குள் வெட்டியாக சுற்றும் செல்வத்தின்

கண்ணில் ஒரு நாள் வள்ளி தென்பட்டாள். வள்ளியின் மீது ஆசை கொண்டான் செல்வம். பருவ வயதில் இருந்த வள்ளியும் செல்வத்தைப் பற்றி எதுவும் தெரியாத நிலையில் அவனை காதல் செய்தாள். ஒரு வருடம் ஊரில் யாருக்கும் தெரியாமல் காதல் செய்தனர். வந்த கட்டிட வேலை முடிந்ததும் ஊரை விட்டு செல்ல இருந்தான் செல்வம். வள்ளியையும் தன்னுடன் பட்டணத்திற்கு வருமாறு அழைத்தான். அங்கு சென்று திருமணம் செய்து கொள்ளலாம் ஒரு பிள்ளை என ஆனதும் வந்தால் ஏற்றுக் கொள்வார்கள் என்று சொல்லி வள்ளியின் மனதை மயங்க வைத்து தன்னுடன் வர சம்மதம் தெரிவிக்கும்படி செய்தான். வறுமையில் வாடினாலும் எப்படியாவது மானத்துடன் தன் பிள்ளைகளை கரை சேர்க்க வேண்டும் என்று தவித்த தனது தாயை ஏமாற்றிவிட்டு அந்த செல்வத்துடன் ஓடிப் போனால் வள்ளி. காதல் பருவத்தை கட்டுப்பாட்டுடன் கடக்காவிட்டால் காலமெல்லாம் கண்ணீருடன் தான் இருக்க வேண்டும். காதல் தப்பில்லை காதல் கொள்ளும் வயதும் நபருமே தப்பாக உள்ளது.

உண்மை முகம் கூட முழுதாக தெரியாத செல்வத்துடன் சென்னை வந்து சேர்ந்தாள் வள்ளி. அங்கு ஆள் நடமாட்டம் இல்லாத ஒரு வீட்டிற்கு வெளியே அழைத்துச் சென்றான்.

இன்னும் 2 நாட்களில் நாம் கல்யாணம் செய்து கொள்ளலாம் என்று அவளை நம்ப வைத்தான். அடுத்த நாள் வள்ளியுடன் நெருக்கமாக இருந்தான். அன்று இரவு நாம் தான் கல்யாணம் செய்துகொள்ள போறமே என்று சொல்லி தாலி கட்டும் முன்பே முதலிரவை நடத்தினான். அடுத்தநாள் வெட்கத்துடனும் அதிக ஆசைகளுடனும் திருமணத்திற்கு தன்னை தயார்படுத்திக் கொடுத்திருந்தாள் வள்ளி. அந்த சமயம் செல்வம் அவனது நான்கு நண்பர்களுடன் வீட்டிற்கு வந்தான். தன்னுடன் நேற்றிரவு இருந்தது போல தன் நண்பர்களுடனும் இருக்கும்படி சொன்னான். பெரும் அதிர்ச்சிக்கு ஆளானாள் வள்ளி. தான் தவறு செய்து விட்டோம் தன்னை இவன் ஏமாற்றி விட்டான் என்பதை புரிந்து தப்பிக்க முயன்றாள். ஆனால் அந்த ஐந்து அரக்கர்களும் அவளை அடித்து துன்புறுத்தி வள்ளியை அணு அணுவாய் அனுபவித்தார்கள். ஆசை தீரும் வரை அடுத்தடுத்து வந்து அவளை கசக்கினர். பெரும்பாலான ஆண்களுக்கு பெண் என்பவள் வெறும் காமகாட்சி பொருளே. அத்தோடு மட்டும் விடாமல் அவளை ஒரு விபச்சாரத் தரகரிடம் சென்று ஒப்படைத்து காசு வாங்கினார்கள். விபச்சாரம் மிகக்கொடுமையான தொழில். அவனிடமிருந்து ஒரே நாளில் தப்பித்து வெளியில் வந்தாள். ஆனால் எனக்கு போவது

யாரை நம்புவது என்று தெரியாமல் தவித்தாள். அலங்கோலமான நிலையில் தெருத்தெருவாய் திரிந்தாள்.

பசி கண்ணை கட்டியது. வறுமையில் இருந்தபோதும் தன் வயிற்றை காய விட்டதில்லை தன் தாய் அவளை ஏமாற்றி வந்ததால் தான் தனக்கு இந்த நிலை என்று அழுதாள். "அம்மா பசிக்குது மா" என்று அழுது புலம்பியபடியே நடந்தாள். எங்கு எவனை பார்த்தாலும் தன்னை காம பசியோடு பார்க்கிறான் என்று புரிந்து பயந்தாள். பசியை விட கொடுமை வேறுண்டோ இந்த உலகில். ஒரு சாண் வயிற்றுக்கு என்னவேண்டுமானாலும் செய்யலாம் என்று நினைக்க வைக்கும் அந்த பசி.

பசியோடு இரவில் நடுரோட்டில் நின்றவளிடம் ஒருவன் வந்து ஐநூறு ரூபாய் கொடுக்கிறேன் வரியா என்றான்? எதற்கு அழைக்கிறான் என்று புரிந்தது ஆனால் என்ன செய்வதென்று புரியவில்லை. வயிற்றுப்பசி ஆளைக்கொன்றது. வேறு வழியின்றி உடன் சென்றால் வள்ளி. அங்கு அந்த ஐநூறு ரூபாயில் தொடங்கியது அவளது விலைமகள் வாழ்க்கை. அவனின் தேவை முடிந்த பின் இருவரும் புறப்படும் நேரத்தில் காவலாளி வந்து கைது செய்தனர். வள்ளி

மட்டுமல்லாமல் அங்கு வந்திருந்த பல வேசிகளை கைது செய்தனர். ஆறு மாதம் சிறை தண்டனை முடித்து வெளியில் வரும்போது ஒரு விபச்சாரியாக மாறி வந்தாள் வள்ளி. அன்று முதல் விபச்சாரமே அவளது வாழ்நாள் தொழிலானது. வேசி, விபச்சாரி, பரத்தை, விலைமகள், விலைமாது என்று பல பெயர்கள் உண்டு அவர்களுக்கு. இதுதான் தன் தலையெழுத்து என்று தினமும் இரவு தொழிலுக்கு புறப்பட்டாள் வள்ளி. இயற்கையாகவே வள்ளி அழகு இருப்பினும் அந்த தொழிலில் உள்ளவர்களை போல அரைகுறை ஆடை ஆபாச பார்வை அள்ளிப் பூசி அழகு சாதனங்கள் என்று தன்னை மாற்றிக் கொண்டாள். தன்னைப் பார்த்ததும் தன்னிடம் வர வேண்டும் என்றும் அவர்கள் நினைப்பார்கள். விபச்சாரி என்றாலே கேவலமாக தான் பார்ப்போம். உடலை விற்றுப் பிழைப்பவர்கள், மனம் இல்லாதவர்கள், ஈனப்பிறவிகள் என்றும் கூட தூற்றுவோம். காசுக்காகவும் உடல் சுகத்திற்காக அலைவார்கள் என்று பேசுவோம். ஆனால் இந்த தொழிலில் உள்ள எல்லோரும் வெறும் சுகத்துக்காக மட்டும் இதை செய்பவர்கள் அல்ல. இந்த போதை சில காலமே. அப்படியிருக்க இவர்களுக்கு மட்டுமென்ன வாழ்நாள் முழுதும் இந்த உடல் சுகம் தேவையா? இந்த தொழிலுக்கு பலர் வள்ளியை

போன்று சீரழிந்தவர்கள், குடிகார கணவனால் கைவிடப்பட்டவர்கள், அனாதைகள், குடும்ப பாரத்தை தனியே சுமப்பவர்கள், ஆண்களின் அடங்கா அரிப்பு, அவர்களின் இயலாமை, ஏழ்மை, அவர்களின் வெறி, அவர்களின் குடிபோதை, காமபோதை, துரோகம் இவைகளுக்கெல்லாம் பெண்ணானவள் பலிகாடு. எவரும் இந்த தொழிலுக்கு விரும்பி வருவதில்லை. வேறு தொழில் செய்து பிழைக்கலாம் என்று சொல்வோருக்கு அவர்கள் சொல்லும் பதில் "எங்கு சென்றாலும் பாலியல் தொல்லை பின்தொடரும் எவனோ ஒருவனுக்கு நாம் நம்மை அனுசரித்துக் கொள்ள வேண்டும் அதற்கு நாங்கள் மொத்தமாக இந்த வாழ்வை அனுசரித்து கொள்கிறோம்" என்கிறார்கள்.

வள்ளி வேறு எங்கு சென்றாலும் கெட்டுப் போனவள் என்ற பெயரே அவளைத் துரத்தும். இது போன்றவர்களை இத்தொழிலில் உள்ளவர்கள். பொதுவாழ்வு வாழ்வோருக்கு தெரிவதெல்லாம்

அவர்கள் சுகமான வாழ்வு வாழ்கிறார்கள் என்பதுதான். ஆனால் பாலியல் தொழில் செய்யும் விலைமகள்கள் படும் கஷ்டமும் வேதனையும் நம்மில் பலருக்கு தெரிவதில்லை. பெண்களின் மேனி

மென்மையானது. ஒருமுறை கசக்கினாலே பல வலியை அனுபவிக்கும். அனுதினமும் கசக்கி எறியப் படும் அவர்களின் வலி மிகவும் கொடுமையானது. உடல் வலி, மன வலி இரண்டையும் ஒன்றாய் அனுபவிக்கும் அப்பாவிகள். பிடித்தாலும் பிடிக்காவிட்டாலும் உடன் படுக்க வேண்டும். வருபவர்களிடம் அவர்களின் விருப்பு வெறுப்பு காட்டக் கூடாது. காசு கொடுப்பவன் எப்படி இருக்க சொன்னாலும் இருக்க வேண்டும். நிர்வாணமே நிரந்தர உடை. எந்தப் பெண்ணும் விலகும் உடையை இழுத்து மறைக்கவே நினைப்பாள், இவர்களுக்கும் அப்படி மறைக்க தோன்றும் ஆனால் முடியாது. அரக்க மிருகங்கள் பாய்ந்து வேட்டையாடிய பின் வரிக்குதிரை போன்று மேனி எங்கும் கீறல்கள், ரத்தக் காயங்கள் மயங்கி விழும் அளவிற்கு வலி. ஆனால் மீண்டும் வீதி வந்து நிற்பாள். உடல் வலிமை மட்டுமல்ல மன வலிமை, மனோ தைரியமும் அதிக அளவில் அவர்களுக்கு இருக்க வேண்டும். வீட்டில் இருக்கும் எவருக்கும் தெரியாமல் பிள்ளைகளின் பசியாற்ற பிறரின் காமப்பசிக்கு விருந்தாகுவாள் வேசி. விலைமகள் ஆகியிருந்தாலும் வள்ளி தனக்கென

சில கொள்கைகளை வைத்திருந்தாள். பதினெட்டு வயதுக்கு கீழ் உள்ள சிறுவர்கள்

காம ஆசைகள் வந்தால் பணத்துக்காக அவர்களுடன் படுத்து அவர்களின் வாழ்வை கெடுக்காமல் அவர்களுக்கு புத்தி மதி சொல்லுவாள் கேட்கவில்லை என்றால் வீட்டில் சொல்லி விடுவேன் காவலாளியிடம் சொல்லிவிடுவேன் என்று மிரட்டி எச்சரித்து அனுப்புவாள். வீட்டை விட்டு ஓடி வந்து அல்லது காதலால் ஏமாந்து ஆதரவு இன்றி தன்னிடம் வரும் மாணவிகளை இளம்பெண்களை பணத்திற்காக தன்னை போல் விலைமாதுவாய் ஆக்காமல் அவர்களை காப்பாற்றி ஆதரவு கொடுத்து பெற்றோரிடம் பத்திரமாக ஒப்படைத்து அவர்களின் வாழ்வாய் காப்பாற்றுவாள். சிலர் அவர் அவர் மனைவியிடம் எதிர்ப்பார்க்கும் காம அனுபவங்கள் கிடைக்கவில்லை, வீட்டில் பிள்ளைகள் வளர்ந்து விட்டார்கள் அதனால் மனைவியிடம் செல்ல முடியவில்லை, வெவ்வெறு விதத்தில் பெண்ணின் உடலுடன் விளையாட வேண்டும் என்றெல்லாம்

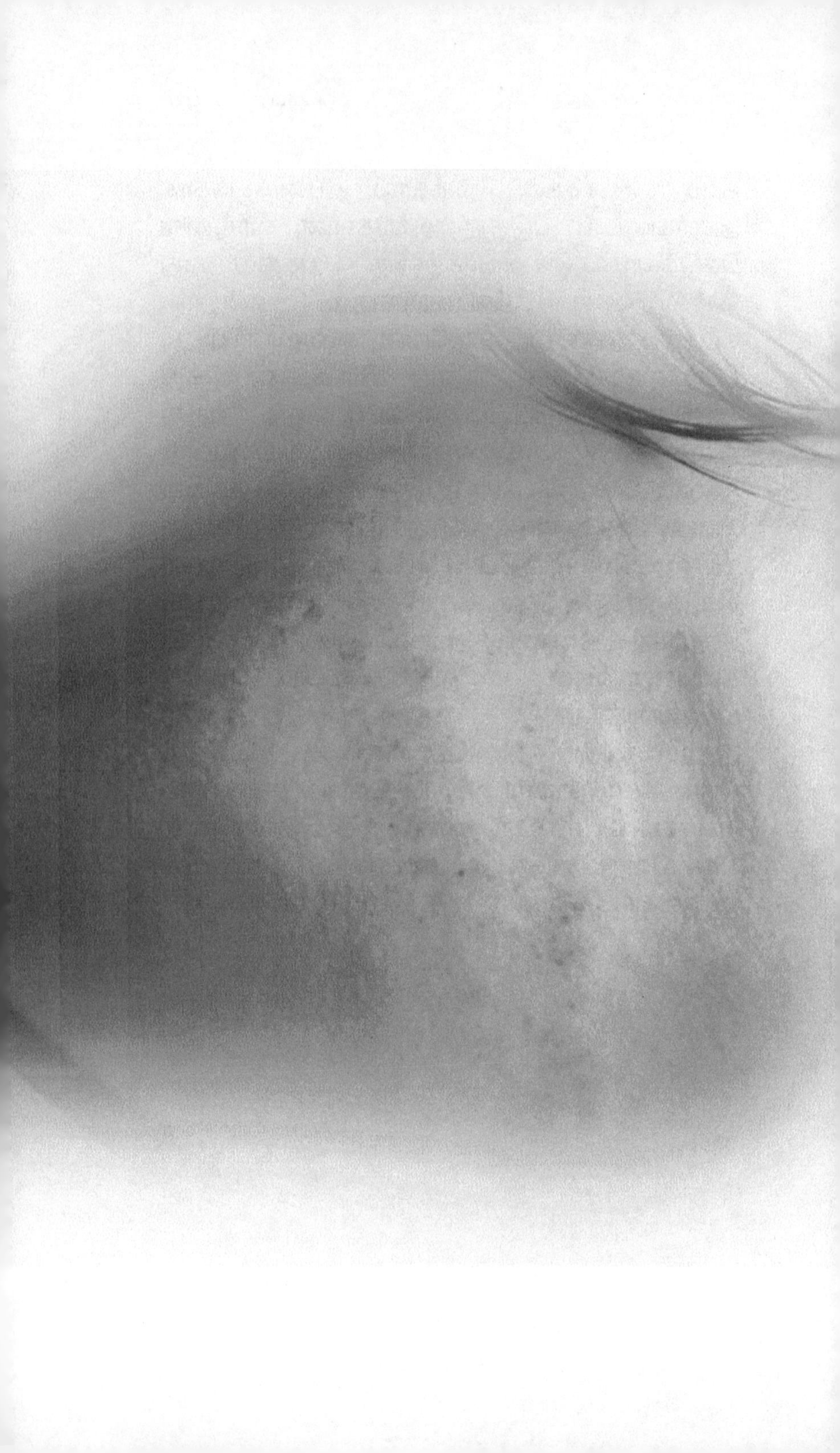

சொல்லிக்கொண்டு வருவார்கள். வேசியிடம் செல்லும் எல்லோரும் உடலுக்காக மட்டும் போவதில்லை. வேலையின் மன அழுத்தம், மனைவி இறந்த தனியே தவித்து அதனால் மன அழுத்தம் கொள்வார்கள். தனக்கென்று எவரும் இல்லாமல் தனிமையில் வாடுபவர்கள் இவர்கள் எல்லாம் கூட அவர்களிடம் செல்வார்கள். பலர் மனம் திறந்து பேசி புலம்பி அழுது விட்டு பணம் கொடுத்து விட்டு சென்று விடுவார்கள். வள்ளிக்கு தன்னிடம் அப்படி வருபவர்களை கண்டால் நிம்மதியாக இருக்குமாம். தன்னிடம் மிருகங்கள் மட்டுமல்ல சில மனிதர்களும் வருகிறார்கள் என்று

விபச்சாரம் என்று ஒன்று நடக்காவிட்டால் பல இடங்களில் கற்பழிப்புகள் இன்னும் தலைவிரித்து ஆடும் என்று வள்ளியை போன்ற பலர் கூறுகிறார்கள். தன் வயிற்றுப் பசியை மட்டும் போக்கிக் கொள்ளாமல் இந்தத் தொழில் செய்து பல ஆதரவற்ற அனாதை குழந்தைகளின் பசியைப் போக்கி வந்தாள். அதன் மூலம் தனக்கென சிறிது மன நிம்மதி அடைந்தால் வள்ளி. பெண்ணாய் பிறந்து இந்த சமூகத்தில் படக்கூடாது அனைத்து கஷ்டங்களையும் பட்டு வளர்ந்ததால் தான் இரு பெண் பிள்ளைகளை தத்தெடுக்க

வேண்டும் ஆனால் அவர்களை வேறு மாதிரி வளர்க்க வேண்டும் என்று எண்ணினாள். சட்டபூர்வமாக இரண்டு பெண் குழந்தைகளை தத்தெடுத்து வளர்த்தாள். இரண்டு பேரின் படிப்பு, உணவு என மொத்த செலவையும் ஏற்று அந்த பிள்ளைகளுக்காக பல துன்பங்களை அனுபவித்து இந்த தொழிலை செய்து வந்தாள். தந்தை பெயர் கேட்டால் முருகன் என்பாள். கடவுள் முருகன் மீது சிறுவயது முதலே அதிக பக்தி. அதனால் கடவுளையே துணையாகக் கொண்டு தன் பிள்ளைகளின் தந்தை பெயராக முருகன் என்று வைத்தாள். ஒரு பெண்ணை வக்கீலாகவும் மற்றொரு பெண்ணை மருத்துவராகவும் வளர்த்தாள். தான் ஒரு விபச்சாரி என்பதை பல வருடங்களாக மறைத்து வைத்து அவர்களை வளர்த்தாள். ஒரு வேசியின் மகள் என்று தெரிந்தால் இந்த உலகம் அவர்களையும் அப்படித்தான் பார்க்கும் என்பதற்காகவே உண்மையை மறைத்தாள்.

ஆண்டுகள் பல ஆனதால் அந்த அந்தத் தொழிலிலிருந்து முற்றிலுமாக விலகி வந்தாள் வள்ளி. ருசி கண்ட பூனை விடாது என்பது போல வள்ளியை மீண்டும் மீண்டும் துரத்தினர் பலர். எவ்வளவு பணம் வேண்டுமானாலும் கொடுக்கிறேன் என்று கூட சொல்லி அழைத்தனர். இந்த சமூகம்

அவ்வளவு எளிதில் ஒருவரை திருத்தி வாழ விடாது. ஆனால் வள்ளி போராடினாலே தவிர மீண்டும் அந்த தொழிலுக்கு போகவில்லை. வள்ளியை போன்று பல விலைமகள் அந்தத் தொழிலை விட்டு சராசரியான வாழ்க்கையை வாழ விரும்பினாலும் மறுவாழ்வு கொடுக்கவும் திருத்தி வாழ்வும் இங்கு எவரும் அவர்களை விடுவதில்லை. வள்ளியின் இரு பிள்ளைகளும் இலவசமாக ஏழை குழந்தைகளுக்கு உதவி செய்து வந்தார்கள். விலை மகளாய் இருந்தவள் இன்று பல குழந்தைகளின் நல்வாழ்வுக்கு வழி வகுத்து விலையில்லா மகளானால். பல பிஞ்சு பிள்ளைகளுக்கு கருவில் சுமக்க தாயானாள். அன்று அவள் உடலுக்கு என ஒரு விலை இருந்தது. ஆனால் இன்று அவள் மனதிற்கு என ஒரு விலையே இல்லை. வாழ்க்கையின் கடைசி நாட்களில் சற்று நிம்மதியாய் வாழ்ந்து இறந்தால் வள்ளி என்னும் விலையில்லா மகள். உடலை விற்றுப் பிழைப்பவர்கள் "விலைமகள்" என்று அழைக்கப்பட்டாள் அவர்களைத் தேடிச் செல்லும் ஒவ்வொரு ஆண்மகனும் விலைமகன் என்று அழைக்கப்பட வேண்டும். விலைக்காக வருபவள் விலைமகள் என்றால் விலை கொடுத்துப் போகுபவன் விலைமகன் தான். "வேசிகளுக்கும் மனம் உண்டு, திருநங்கைகளுக்கு உணர்வு உண்டு,

ஏழைகளுக்கும் வயிறு உண்டு, இதை ஒவ்வொருவரும் நினைவில் வைத்துக்கொள்ள வேண்டும்".

ஏழைகளுக்கும் வயிறு உண்டு, இதை ஒவ்வொருவரும் நினைவில் வைத்துக்கொள்ள வேண்டும்".

அகதின்

கடவுள் படைத்த எல்லா படைப்புகளும் அழகு தான் அற்புதம் தான். கடல், மலை, அருவி, பறவை, விலங்கு, சிற்றுயிர் என எல்லாம் அழகு. ஆனால் கடவுள் படைத்த மனிதன் அந்த எல்லை இல்லா அழகினை எல்லை கொண்டு பிரிக்கின்றான். 'யாதும் ஊரே யாவரும் கேளிர்' என்று சொன்னாலும் இங்கு அனைவரும் அவ்வாறு இல்லை. உலகம் முழுவதும் இறைவனுக்குச் சொந்தம். ஆனால் மனிதனோ இது உன் பகுதி இது என் பகுதி என் எல்லைக்குள் நுழைய முயலாதே என்கின்றான். பிற நாட்டின் மீது போர் தொடுக்கிறான். தன் நாட்டு மக்களை காப்பாற்ற இயலாமல் போகிறது. எல்லா இடமும் எல்லா நிலமும் எல்லா தேசமும் அனைவருக்கும் சொந்தமாகும். ஒற்றுமை ஓங்கி நிற்க வேண்டிய உலகில் சிலரின் சூழ்ச்சியால் சிலரின் சுயநலத்தால் பலரின் முட்டாள்தனத்தால் பல வேற்றுமைகள் கொண்டு ஆங்காங்கே பிரிந்துகிடக்கின்றோம். அதுபோதாது என்று வன்முறைகள் நம் தலைமுறையில் வேரூன்றி நிற்கிறது. ஒரு பக்கம் போர் இனமோதல் என்று மக்கள் தவிக்கும் நிலைக்கு தள்ளப்பட்டாள் இன்னொருபுறம் இயற்கை சீற்றம், நிலநடுக்கம், சுனாமி, பஞ்சம், கொடிய நோய் என இவைகள் மக்களை திண்டாடச்

செய்கின்றது. தங்களின் எல்லைகளுக்காக பலர் நடத்தும் போரில் பல உயிர்கள் இறக்கின்றன. இனச்சண்டை மதச்சண்டைகளால் மக்கள் ஆட்டு மந்தைகளை போல தங்கள் இருப்பிடத்தை விட்டு வெளியேற வேண்டியிருக்கிறது. வெறி கொண்ட வன்முறையால் இங்கு சிலர் ஆனாதைகளாக பலர் அகதிகளாக மாறும் நிலை ஏற்படுகிறது.

போர் அல்லது வாழும் நாட்டில் ஏற்படும் அசாதாரண சூழ்நிலை போன்றவற்றால் உயிர் பிழைக்க வேற்று நாட்டு மண்ணை நாடும் நிலையில் இருப்பவரை அகதிகள் எனலாம். உலகளவில் சுமார் 9.5 கோடி மக்கள் அகதிகளாக இருக்கிறார்கள். ஆப்கானிஸ்தான், சோமாலியா, ஈராக் மற்றும் சிரியா நாடுகளில் இருந்து பலர் அகதிகள் ஆனார்கள். நம் இந்தியாவிற்குள் திபெத், வங்கதேசம், இலங்கை, பாகிஸ்தான் போன்ற நாடுகளில் இருந்து பலர் வந்து அகதிகளாக தஞ்சமடைவர். அதிலும் தமிழகத்தை பொறுத்தவரையில் தன்னிடம் அடைக்களம் தேடி வரும் அகதிகள் என்றாலே இலங்கை தமிழர்கள் தான். பெயரிலேயே தமிழர்கள் என்று இருப்பதால் அவர்களை அகதிகள் என்று சொல்வதே தவறாகும். 1983-1989 இந்த 4

ஆண்டுகளில் மட்டும் 1 லட்சத்து 34 ஆயிரம் பேர் அகதிகளாக தமிழ்நாட்டுக்கு வந்துள்ளனர்.

ராணி என்பவர் இலங்கையைச் சேர்ந்தவள். தன் கணவனுடன் திருமண வாழ்வை துடங்கி ஒரு வருடங்களே ஆனது. அவளின் கணவன் ஒரு சாதாரண உணவு விடுதி வைத்து நடத்துபவன். உன் கை ருசி மிக அருமையாக இருக்கு. உனக்குள் ஒரே தலை சிறந்த சமையல் கலைஞன் உள்ளான் என்று உடன் இருப்போர் போற்றும் அளவிற்கு ராணியின் கணவன் திறமைசாலி. அவள் ஒரு நிறைமாத கர்ப்பிணி. தன் கணவனுக்கு துணையாக அவளும் அவர்களின் கடையில் அமர்வாள். இலங்கையில் ஈழப்போர் பல காலமாக நடக்கிறது. இப்போரானது சிங்களவர்களுக்கும் தமிழர்களுக்கும் இடையில் பல விடயங்கள் தொடர்பாக நிலவிவரும் கருத்து முரண்பாடின் மூலமாகும். அன்று அவர்கள் கடையில் இருக்கும் வேலையில் போரின் காரணத்தால் திடீரென கலவரம் உண்டானது. ராணியும் அவளது கணவனும் உயிர் தப்பித்து ஓடியதே பெரும்செயல். அங்கிருந்து தப்பித்து தான் வீட்டிற்கு செல்ல முயன்றனர். வழி எங்கும் கலவரம். வீடுகள் கடைகள் என அனைத்தையும் அடித்து நொறுக்கினர். வேறு வழி இன்றி பலர் இலங்கையை விட்டு வெளியேறினர். ராணியின் கணவனுக்கு

பலத்த காயம் தன் கர்ப்பிணி மனைவியை காக்க முயன்றதில். படகில் செல்லும்போது அந்தக் கடல் மாதா அவனை ஏற்றுக் கொண்டது. ராணி கட்டிக் அழுது புலம்பினாள் தன்னையும் தன் குழந்தையும் தனியே அனாதையாக அகதிகளாக விட்டுச் சென்றதற்கு தன் தாய்நாட்டை தன் அடையாளத்தை தன் சொத்தைக் சொந்தத்தை தன் உயிரான கணவனை என்று அனைத்தையும் இழந்த நிலையில் தமிழ்நாட்டில் உள்ள ராமேஸ்வரத்துக்கு வந்து சேர்ந்தனர் ராணியும் அவளுடன் பயணம் செய்த மற்ற இலங்கை தமிழர்களும். படகில் பயணம் செய்வது ஒன்றும் எளிதான செயல் அல்ல அப்படிப் போராடி வந்து சேர்ந்தார்கள். அங்கு அகதிகளுக்கான முகாம் அமைக்கப்பட்டது. அவர்கள் உண்மையில் அகதிகள் தானா எத்தனை பேர் என்னென்ன வேண்டும் என்பதெல்லாம் அந்த முகம் கொண்டு தெரிந்து கொள்வார்கள். ராணி தன் கணவனை இழந்த சோகத்தில் அழுதுகொண்டே இருந்தாள். சில நாட்கள் கழித்து ராணி பிரசவ வலியில் துடித்தாள். முகாமில் இருந்த மருத்துவ வசதி கொண்டு ஒரு வழியாக குழந்தையையும் தாயையும் காப்பாற்றினார்கள். ஆண் குழந்தை பிறந்தது. அகதிகளுக்கு நடுவே மற்றொரு அகதியாய் பிறந்ததால் "அகதின்" என்று பெயரிட்டாள்

ராணி. தனக்கு எல்லாம் இருந்தும் எதுவுமே இல்லை என்று புலம்புவர் மத்தியில் உயிரையும் மானத்தையும் தவிர வேறு ஒன்றும் இல்லாத நிலையில் கூட ஏதோ ஒரு காரணத்திற்காக நாங்கள் வாழ்வோம் என்று நம்பிக்கையை மட்டும் தனதாகக் கொண்டு வாழ துடிப்பவர்கள் அகதிகள். அகதின் சிறுகுழந்தை என்றாலும் நிம்மதியான உறக்கம் இல்லை குழந்தைக்கு ஊட்டச்சத்து நிறைந்த உணவு இல்லை. ஆனாலும் எந்தக் கவலையும் இல்லாமல் விளையாடுவான். அதுதான் குழந்தை மனம். இன்று எல்லோரும் வளர்ந்து விட்டதும் தனக்குள் இருந்த குழந்தையை தொலைத்து விடுகிறோம். சிறிது வளர்ந்ததும் முகாமை விட்டு வெளியேறி தன்னைப் போன்றவர்களுக்கென ஆங்காங்கே உள்ள பகுதிகளுக்கு சென்று வாழ வேண்டும் என்று முடிவு செய்தாள். முகாமில் இருந்து வெளியேறுவது அவ்வளவு எளிதான செயல் அல்ல. அதற்கான விதிமுறைகள் ஏராளம். முகாமில் அடிப்படை வசதி குறைவு என்பதைவிட சில துஷ்டர்களால் பெண்களுக்கு பாதுகாப்பில்லை. அகதிகள் தானே கேட்க ஆள் இல்லை என்ற துணிச்சல். ஒருசில கால போராட்டத்திற்கு பின் ராணி அகதின் இன்னும் சில அகதிகள் ராமேஸ்வரம் முகாமிலிருந்து வெளியேறி வேறு இடத்திற்கு மாறினார்கள். பல நாட்கள் பல இடங்கள் என மாறி மாறி

கடைசியாக சென்னையிலுள்ள கும்மிடிப்பூண்டி பெத்திக் குப்பம் என்ற பகுதியை வந்தடைந்தார்கள்.

ராணி அகதினை படிக்க வைக்க வேண்டும் என்று ஆசை கொண்டாள். அதன்படி அவனை அருகில் இருந்த அரசு பள்ளியில் அகதிகளுக்கான அடிப்படை அடையாள அட்டையை கொண்டு சேர்த்தாள். ராணி மிகவும் தைரியமான பெண்மணி. கணவன் இல்லாமல் ஒரு குழந்தையை வளர்ப்பது என்பது எளிதல்ல அதுவும் ஒரு அகதியாய் வளர்ப்பது மிகவும் கடினமானது. கூலி வேலை வீட்டு வேலை செய்து மகனை காப்பாற்றினாள். என்ன தான் சொந்தகாரர்கள் வீட்டிற்குச் சென்று விருந்தாடினாலும் அது நமக்கு அன்னிய இடமே. தாய் வீடே நம் வீடு அதுவே உரிமை கொண்ட இடம் நிம்மதி கிடைக்கும் இடம். அதுபோலவே தாய்நாடு என்னதான் வாழ்வதற்கு வழி செய்து கொடுத்தாலும் தன் தாய்நாட்டில் இல்லாததை எண்ணி ஒவ்வொரு அகதியும் அனுதினமும் அழுவான். அகதின் பள்ளி வகுப்பில் ஒரு நல்ல மாணவன். பிறருக்கு உதவி செய்யும் நல்ல மனம் கொண்ட குழந்தை. நண்பர்கள் மீது பிரியமாக இருந்தான். அன்று ஒரு நாள் பள்ளி முடிந்ததும் அகதினும் அவன் நண்பனும் பள்ளிவாசலில் ஒன்றாய் நடந்து சென்றனர். அப்பொழுது நண்பனின் தாய் வழியில் வந்து

இவருடன் என்ன செய்கிறாய்? என்று கோபமாகக் கேட்டு அடித்தாள். அகதினுக்கு ஒன்றும் புரியவில்லை. சாலையில் நடந்து போய்க் கொண்டிருந்த ஒருவர் காரணம் கேட்டால் என் குழந்தையை அடிக்கிறீர்கள் என்று. அதற்கு அந்த தாய் சொன்னால் என் மகன் ஒரு அகதியுடன் பழகுகிறான், அதனால்தான் கண்டிக்கிறேன் என்றாள். அகதியாக இருந்தாலென்ன அவர்களும் மனிதர்கள் தானே என்று கேட்டதற்கு அகதிகள் ஆபத்தானவர்கள் தீவிரவாதிகளாக மாறுபவர்கள் என்று சொன்னால் அந்த தாய். சில அகதிகள் தவறான வழியில் போவதால் சில தீவிரவாதிகள் அதுவே என்று முகமூடியைப் போட்டுக் கொள்வதால் எல்லோரையும் அப்படிச் சொல்லிவிட முடியாது. ஆனால் இதை பலர் புரிந்து கொள்வதில்லை. அதில் ஒருவர் தான் அந்த தாய். இவை அனைத்தும் அகதினின் மனதில் ஆழமாக பதிந்தது. வீட்டிற்குச் சென்று தன் தாயிடம் சொல்லி அழுதான். தன் பிள்ளையிடம் என்ன சொல்லி சமாதானம் செய்வது என்று தெரியாமல் கண்ணீர் விட்டாள் ராணி. நம் விதி நாம் எவ்வாறு இருக்கின்றோம் என்று சொல்லி மீண்டும் கலங்கினாள். பின் கண்களைத் துடைத்துக்கொண்டு அகதினிடம் நம்மில் சிலர் அப்படி இருப்பதற்காகவோ இல்லை இன்று

உன் நண்பனின் தாய் சொன்னதற்காகவோ நீ அவ்வாறு ஆகி விட மாட்டாய். இன்று நீ நல்ல பிள்ளையாகவே இருக்க வேண்டும் சிறந்த ஒரு ஆளாக ஆக வேண்டும் என்று தெளிவாகக் கூறினாள். அடுத்த நாள் வகுப்பில் எவரும் அகதினிடம் சரியாக பேசவில்லை. முந்தைய நாள் நடந்த சம்பவமே அதற்கு காரணம். பிள்ளைகளின் மனதில் நாம் விதைப்பது தான் அவர்கள் எப்படிப்பட்டவர்கள் என்பதை தீர்மானிக்கும். "நல்லதை சொல், நல்லதை பார், நல்லதை கேள், நல்லதை செய்" என்று நன்மையை தான் விதைக்க வேண்டும். அதிலும் நட்பில் எந்த ஒரு சலனமும் இல்லாமல் நண்பனே அப்படியே ஏற்றுக் கொள்ள வேண்டும் அதுவே உண்மை நட்பு. நண்பர்களின் மனதில் தவறான விதை அதனால் விலகிப் போனார்கள். அகதின் மனதில் நல்ல விதை அதனால் தீய வழியை தேர்ந்தெடுக்க கூடாது என்ற தெளிவு பெற்றான். ஆனாலும் அந்த நிகழ்வு அவனுக்கு ஆறா வலியைத் தந்தது. எனவே அன்று முதல் அவனுக்கு நண்பன் என்று எவருமில்லை. தன்னிடம் நெருங்கி வரும் நண்பர்களிடமும் தான் ஒரு அகதி என்று சொல்லி விட்டு விலகியே நிற்கும்படி கேட்டுக் கொள்வான். தனிமை ஒரு வரம் தனிமை ஒரு சாபம் தனிமை உன்னை உருவாக்கும் தனிமை உன்னை அழிக்கும். அகதின் வாழ்வு பாதி

பொழுது என் தாயின் மடியிலும் மீதி பொழுது தனிமையின் மடியிலும் ஆனது. எந்தவிதக் குறையுமின்றி அவரின் பள்ளிப் படிப்பை முடித்தான். கல்லூரி செல்ல வசதி இல்லை, உரிமை இல்லை. சிறிது காலம் வீட்டிலேயே இருந்தான், தன் தாய் ராணிக்கு உதவி செய்துகொண்டு. அவன் தங்கியிருந்த பகுதியில் உள்ள ஒரு பெண்ணின் மீது காதல் கொண்டான். அவளைப் பார்க்கும் போதெல்லாம் உள்ளுக்குள் பட்டாம்பூச்சி பறந்தது போல உணர்வான் அகதின். ஒரு நாள் பல ஆசைகளுடன் பல கனவுகளுடன் முகத்தில் சிறு வெட்கம் சிறு பயம் என எல்லாம் ஒரு சேர அந்தப் பெண்ணிடம் தன் காதலை சொன்னான். ஆனால் அவளின் பதிலால் அவனின் வெக்கமுகம் வேதனை கொண்ட முகமாக மாறியது. அவள் பிடிக்கவில்லை என்று சொல்லி இருந்தால் கூட பரவாயில்லை ஆனால் அவளோ "நீ ஒரு அகதி உன்னை மணந்து கொண்டு காலம் முழுக்க அகதி வாழ்க்கை வாழ எனக்கு விருப்பமில்லை நீ எனக்கு வேண்டாம்" என்றாள். அவையாவும் இருக்கும் இந்த பெண்ணை நம்மை ஏற்றுக் கொள்ளவில்லை இனி வேறு யார் என்னை காதலிப்பார் என்று எண்ணி அழுதான். இனி காதல் கல்யாணம் எதுவும் எனக்கு தேவை இல்லை என் தாய் மட்டும் போதும் என்றான் அகதின். அவனுக்கு

வயது இருபத்தி இரண்டு ஆனது. அவன் தாய் ராணி அவனை எண்ணி வருத்தம் கொண்டாள். சரியான வேலைக்கு போக முடியவில்லை காதல் கல்யாணம் மீது வெறுப்பு இவன் வாழ்க்கை என்னவாக போகுதோ என்று எண்ணி வருந்தினாள். எப்பொழுதும் போல அன்று ராணி வேலைக்கு கிளம்பினாள். அகதின் மனதில் ஏதோ ஒரு பதட்டம் ஏதோ ஒன்று தவறாக இருப்பது போல அன்று உணர்ந்தான். அன்று மாலை அவனிடம் ஒரு அதிர்ச்சி செய்தியை சொன்னார்கள் ராணி விபத்தில் இறந்து விட்டாள் என்று மயங்கி விழுந்தான். தனக்கென்று இருந்த ஒரே ஒரு உறவு தாயும் தன்னை விட்டு பிரிந்து விட்டாள் இனி எனக்கு யாருமில்லை என்று பல நாள் அழுது கொண்டே உறங்கினான்.

கூலி வேலை செய்து கொண்டு தன்னை காப்பாற்றி வந்தான். தானே உணவு சமைத்து உண்டான். அவனின் கைப்பக்குவத்தில் ஏதோ ஒன்று இருக்கு என்று சாப்பாட்டை சாப்பிட்டு பார்த்த அக்கம்பக்கத்தினர் கூறினார். அவன் அப்பாவின் திறமை அவனுக்குள் ஊடுருவியது. பின் சமையலை தன் முழு நேர தொழிலாய் செய்தான். ஒரு நாட்டில் வாழ தகுதி இல்லை என்றவன் எல்லா நாட்டு உணவையும் சமைக்க கற்றுக் கொண்டு சமையலில் தலைசிறந்து விளங்கினார். தன் தாய் ராணி

ஆசைப்பட்டது போலவே சில ஆண்டுகளில் நல்ல ஒரு மனிதனாக ஆளானான் அகதின். அன்பு காட்ட ஆளில்லை என்று பல நாள் ஏங்கியே அழுதான். பின் தான் சம்பாதிப்பதை தன்னைப் போன்ற அகதிகளுக்கு செலவிட முடிவு செய்தான். அதன் மூலம் நிம்மதி அடைந்தான். ஆண்டுகள் பல உருண்டோடியது. அகதினின் இளமை காய்ந்த இலைகளைப் போல உதிர்ந்து போனது.

அவனது வயது ஐம்பத்தி எட்டு ஆனது. பல அகதி முகாம்களுக்கு பல உதவிகளை செய்து கொண்டிருந்தான். அப்படி இருக்க ஒரு முகாமில் தன்னைப்போலவே உதவி செய்யும் லட்சுமியை பார்த்தான். வயதானாலும் பெயருக்கு ஏற்ப லட்சுமிகரமாக இருந்தாள். இருவரும் சந்தித்துப் பேச தொடங்கினர். முகாமில் செய்யும் சேவையை இணைந்து செய்தனர். முதலில் நட்பாகத்தான் போனது பின் அகதின் மனதில் மெல்ல மெல்ல காதல் காற்று வீச துடங்கியது. ஐம்பத்தி எட்டு கிழவயதில் காதல் தேவையா சாத்தியமா என்று பலரும் யோசிக்கலாம். ஆனால் காதலுக்கு வயது தேவையில்லை காமத்திற்கு தான் இளமை தேவை நாட்கள் மெல்ல நகர சேவை நேரங்கள் இல்லாது மற்ற நேரங்களில் சந்தித்த தொடங்கினர் அகதினும் லட்சுமியும். பார்வை மயங்கிய கண்களுக்கு அவள் மட்டும்

தெளிவாக தெரிந்தால் நடக்க சிரமம் கொண்ட கால்கள் அவளுடன் நடக்கும் வேளையில் பாதைகள் நீண்டிட வேண்டுகிறது. லட்சுமி அதிகம் பேசுவாள் அகதின் அவற்றை அதிகமாக ரசிக்கும் ரசிகன். அவளின் ரசிகன். மன புரிதல் அவர்களுக்கு ஏற்பட்டது. லட்சுமி ஒருநாள் அவனிடம் தன்னை பற்றி ஏதேனும் கேட்குமாறு தெரிந்து கொள்ளுமாறு கூறினார். அதற்கு அகதின் எனக்கு அவை தேவையில்லை என்றான். சிரித்துக்கொண்டு தான் ஒரு அனாதை என்றால் லட்சுமி. அதிர்ந்து போனான் அகதின்."சொந்தங்களை இழந்த மனிதன் அனாதை சொந்த தேசத்தையே இழந்த மனிதன் அகதி" என்று மிக எளிதாக தெளிவாக சொன்னால் லட்சுமி. அனாதைகளை விட அகதிகள் மிகவும் பாவப்பட்டவர்கள். உரிமை, உடைமை என எதுவும் இல்லாமல் எல்லாத்துக்கும் கையேந்தி நிற்பார்கள். அதனால் தான் நான் அகதிகளுக்கு என்னால் ஆன உதவியை செய்கிறேன் என்றாள் லட்சுமி கண்கலங்கிய அகதின் அந்த கணமே தன் காதலை லட்சுமியிடம் சொன்னான். அதிர்ச்சி குழப்பம் என அவளை வாட்டியது. இந்த வயதில், இந்த சமூகம் என்ன சொல்லும் என்று ஆயிரம் கேள்விகள். எனக்கு இருபது உனக்கு பதினெட்டு என்ற வயதில் தோன்றிய காதல் அல்ல இது காலம் கடந்த காதல் கடலளவு காதல் உன் பதிலுக்காக நான்

காத்திருக்கிறேன் என்று சொல்லிவிட்டு கிளம்பினான் அகதின்.

இரவெல்லாம் யோசனை அவனை எனக்கு பிடிக்கும் வயதான காலத்தில் துணை தேவை தான் இருப்பினும் இது சரியான முடிவு என்று கேள்வி. அடுத்த நாள் லட்சுமி அகத்திணை சந்திக்கக் கிளம்பினார் கண்ணாடியில் ஒரு நிமிடம் முகம் பார்த்து சிரித்து விட்டு கிளம்பினாள். பதட்டத்துடன் கடற்கரை மணலில் காத்திருந்தான் அவன். லட்சுமி வருவதை கண்டான். அருகில் நெருங்க நெருங்க இருவரின் இதயம் படபடத்தது. அவளின் அருகில் அமர்ந்தாள் ஆனால் மௌனமாக இருந்தாள். அகதின் தான் ஆசை கொள்வது என்றும் தனக்கில்லை என்று தலைகுனிந்தான். திடீரென உடல் சிலிர்த்தது. இதயத்துடிப்பு அதிகமானது. தோளில் தலை சாய்த்து கையை இறுக்கிப் பிடித்துக் கொண்டிருந்தால் லட்சுமி. தோல் சாய துணை வேண்டும் என் துணை நீ என்று தன் காதலை சொல்லாமல் சொன்னாள். புரிந்துகொண்ட அகதின் புன்னகைத்தபடி தலை கோதிவிட்டான். தன் அறுபதாவது வயதில் தன் காதலி லட்சுமியை திருமணம் செய்து கொண்டான். சொந்த நாட்டில் இருப்பவளை திருமணம் செய்து அகதி என்ற பெயரை அகதினும் கணவன் கிடைத்ததால் அனாதை

என்ற பெயரை லட்சுமியும் துறந்தார்கள். வாலிபம் கடந்து வந்த காதலில் விரிசல்களுமில்லை விளம்பரங்களுமில்லை. காமம் கடந்த காதலால் இனி வாழும் நாட்கள் இன்பமாய் வாழ்வார்கள் அகதினும் அவனது மனைவியும் லட்சுமியும். அகத்திகள் என்று சொல்பவர்களும் மனிதர்களே. அவர்கள் கேட்பதெல்லாம் குடியுரிமை ,அடிப்படை வசதி, குழந்தைகளுக்கான நல்வாழ்வு இவைகளே. விழி விளக்கம் அறியாது முகாமிலேயே முடியும் வாழ்க்கையை முடித்தவர்கள் பலர். எல்லோரும் ஒரு தாய் வயிற்று பிள்ளை என எண்ணி அகதிகளின் உரிமைக்காக உடன்பிறவா உறவாக இருந்து குரல் கொடுப்போமாக.

மு. மங்கை